AF518915

അംബുജം കടമ്പൂര്

കണ്ണൂർ ജില്ലയിലെ കടമ്പൂർ സ്വദേശി. അധ്യാപികയാണ്. വിദ്യാഭ്യാസ ജില്ലാതല കഥ-കവിതാപുരസ്കാരം, കെ.എസ്.ടി.എ സംസ്ഥാനതല കഥാപുരസ്കാരം (2010,2011,2013) മഹിളാചന്ദ്രിക കഥാപുരസ്കാരം, 2014-ലെ ഭീമാ ബാലസാഹിത്യപുരസ്കാരം (സച്ചിന്റെ ആനകൾ), 2017-ലെ കൊടുങ്ങല്ലൂർ ബാലസാഹിത്യസമിതിയുടെ പ്രൊഫ.കേശവൻ വെള്ളിക്കുളങ്ങര അവാർഡ് (മാളവികയുടെ മയിൽപ്പീലികൾ), 2017-ലെ കേരള സംസ്ഥാന ബാലസാഹിത്യ ഇൻസ്റ്റിറ്റ്യൂട്ടിന്റെ ജീവചരിത്ര കൃതിക്കുള്ള പുരസ്കാരം (കുമാരനാശാൻ) എന്നിവ ലഭിച്ചിട്ടുണ്ട്.

അൻവർ നസീറിന്റെ ചരിത്രപുസ്തകം, ഗോതമ്പുവയലിലെ കാറ്റ്, കോവിഡ്-19, മുറിവുകളിൽ കാറ്റൂതുമ്പോൾ (കഥാസമാഹാരങ്ങൾ), തരിശുനിലത്തിലെ പെണ്ണുറുമ്പുകൾ (കവിതാസമാഹാരം), ജലച്ചില്ല്, തീണ്ടാരിപ്പുരയിലെ പെണ്ണുങ്ങൾ(നോവൽ), മിഷയുടെ മഞ്ഞുകാലം, അമ്മിണിക്കോഴിയും കൂട്ടുകാരും, കുന്നുംപുറം സ്കൂളിലെ വിശേഷങ്ങൾ, കാടേ കാടേ കൈനീട്ടൂ, ഹായ് അരിയുണ്ട്, വീട് മരം കിളി, താലുവാങ് ഗുഹയിൽ സംഭവിച്ചത്, അരിപ്പോതിരിപ്പോ, പുസ്തകവണ്ടി, ഇനുക (ബാലസാഹിത്യം), വൈലോപ്പിള്ളി ജൈവബോധത്തിന്റെ കവി (പഠനം) തുടങ്ങിയവയാണ് മറ്റ് കൃതികൾ.

വിലാസം : 'ഹരിതം'
പനയത്താംപറമ്പ്
എടയന്നൂർ പി.ഒ
കണ്ണൂർ.
ഫോൺ : 9847561150

Malayalam Language
Raarichanum Pazhamkadhakalum
(Children's Literature)
by
Ambujam Kadambur

♦

Published in August 2023
by Kairali Books Private Limited
Thalikkavu Road, Kannur.
Ph : 0497-2761200
Email : kairalibooksknr@gmail.com

♦

Illustrations
Smitha K E

♦

Cover Design
Prasanth Mangad

Price ₹ : 200.00
48/23-24/Sl.No.1473/500/NS 18.6
ISBN 978-81-964954-7-3

രാരിച്ചനും പഴങ്കഥകളും

അംബുജം കടമ്പൂര്

കൈരളി ബുക്സ്

കഥകൾ

സ്വന്തം കഴിവുകൾ

ഓടക്കുഴലിന്റെ ദ്വാരത്തിൽ കൈവിരലിട്ട് തിരിച്ച് തിരിച്ചുകൊണ്ട് കേശു പറഞ്ഞു.

'ചങ്ങായികളേ...ഈ ഓട്ടയെല്ലാം ഞാൻ അടയ്ക്കാൻ പോവ്വാണ്. പിന്നെങ്ങനെയാ ഈ കുഴലിൽനിന്നും പാട്ട് വര്വാന്ന് നോക്കാലോ...'

അതുകേട്ട് അമ്പരന്ന കുട്ടിക്കൂട്ടം അവനോട് പറഞ്ഞു.

'നിന്റെ പരുപരുത്ത വിരലിൽനിന്നല്ല ശബ്ദമുണ്ടാകുക. മനസ്സിൽ സംഗീതമുള്ള ആളുടെ ചുണ്ടും മൃദുവായ വിരലും കൂടിച്ചേർന്നുണ്ടാകുന്ന ഒന്നാണത്.

കേശുവിന് അതുകേട്ടപ്പോൾ അരിശമാണ് വന്നത്. കുറേദിവസമായി താനതിൽ ഊതാൻ തുടങ്ങിയിട്ട്. 'പ് ശു പ്ശു' എന്ന ശബ്ദമല്ലാതെ ഓടക്കുഴലിന്റെ ഇമ്പമുള്ള ശബ്ദമൊന്നുമുണ്ടായില്ല. അതുകൊണ്ട് അവന് ദേഷ്യം വന്നു. അവൻ തന്റെ വലതുകൈവിരൽ ഓരോന്നായി ദ്വാരത്തിനകത്ത് കയറ്റാനുള്ള ശ്രമം നടത്തി. ഒടുക്കം വിരലുകൾ ഇറുങ്ങി പുറത്തേക്കെടുക്കാൻ കഴിയാതെ നിലവിളിച്ചു.

കൂട്ടുകാർ പരിഭ്രമിച്ചു.

അവർ രാരിച്ചന്റെ സമീപത്തേക്ക് ഓടിച്ചെന്നു.

'രാരിച്ചാ...കേശുവിന്റെ വിരൽ ഓടക്കുഴൽ വിഴുങ്ങിയിരിക്കുന്നു.'

അതുകേട്ട് രാരിച്ചൻ വിത്തുകൾ ഉണക്കുന്ന ജോലി മാറ്റിവച്ച് നിവർന്നുനിന്നു. കുട്ടികൾ അയാളോട് നടന്ന കാര്യങ്ങളെല്ലാം പറഞ്ഞു. അവരെല്ലാവരും കേശുവിന്റെ അടുത്തെത്തി.

'അപ്പോൾ നിനക്ക് സാധിക്കാത്ത കാര്യങ്ങളുണ്ടാകുമ്പോൾ എന്തുകാണിച്ചും അതിനെ തകർത്തുകളയാം എന്ന് നീ ചിന്തിച്ചു അല്ലേ കേശൂ.'

രാരിച്ചൻ അവന്റെ മുഖത്തേക്ക് ഉറ്റുനോക്കിക്കൊണ്ട് ചോദിച്ചു.

വേദനയും ദേഷ്യവും കൊണ്ട് അവന്റെ മുഖം കോടിപ്പോകുന്നത് ശ്രദ്ധിച്ച രാരിച്ചൻ ആ ഓടക്കുഴലിന്റെ ദ്വാരത്തിലും അവന്റെ കൈവിരലിലും എണ്ണത്തുള്ളികൾ ഇറ്റിച്ചുകൊടുത്തു.

എന്നിട്ട് പറഞ്ഞു. 'ഈ ഓടക്കുഴൽ തകർത്ത് നിന്റെ വിരല് മോചിപ്പിക്കാൻ എനിക്ക് ആഗ്രഹമില്ല. കാരണം നീയാണ് തെറ്റ് ചെയ്തത്. വേദനയും നീ തന്നെ സഹിക്കണം.'

കേശുവിന് സങ്കടം വന്നുതുടങ്ങിയിരുന്നു. അവൻ അങ്ങോട്ടുമിങ്ങോട്ടും വിരലുകൾ അനക്കിക്കൊണ്ടിരുന്നു. അപ്പോഴേക്കും വിരലുകൾ വീർത്തുതുടങ്ങി.

രാരിച്ചൻ അവന്റെ കൈവിരലുകൾ പതുക്കെ തടവിത്തടവി വിരലുകൾ ഓടക്കുഴലിൽനിന്നും പുറത്തേക്കെടുത്തു.

കുട്ടികൾ ആർപ്പുവിളിച്ചു.

ലജ്ജകൊണ്ട് തല താഴ്ത്തി കേശു നിന്നു.

രാരിച്ചൻ പറഞ്ഞു. 'ലോകത്തുള്ള എല്ലാ കാര്യങ്ങളും നമുക്ക് ചെയ്യാനാവും എന്നു കരുതുന്നത് വിഡ്ഢിത്തമാണ്. നമ്മുടെ ശരീരം, ബുദ്ധി, സാഹചര്യം എല്ലാം ശരിയാകുമ്പോഴേ ഒരു കാര്യം ചെയ്തു തീർക്കാനാകൂ.'

എല്ലാവരും രാരിച്ചന്റെ കൂടെ അയാളുടെ ഓലപ്പുരയുടെ കോലായിലിരുന്നു. അദ്ദേഹത്തിന്റെ നരച്ച താടിരോമങ്ങളിലേക്കും തീഷ്ണമായ കണ്ണുകളിലേക്കും നോക്കിയിരുന്നു. എന്തോ ചിന്തിച്ച് ചുണ്ടിലൊരു പുഞ്ചിരിയുമായി ഇരിക്കുകയാണ് രാരിച്ചൻ.

തന്റെ നരച്ച താടിരോമത്തിൽ തടവിയിട്ട് ദൂരെ കുന്നിൻമുകളിലേക്ക് നോക്കിക്കൊണ്ട് പറഞ്ഞു.

'സ്വന്തം ശക്തി അറിഞ്ഞുകൊണ്ടുവേണം നമ്മൾ പരിശ്രമിക്കാൻ. അല്ലെങ്കിൽ കുരുക്കിൽ പെട്ടുപോകും. അവനവനെ അറിയുക എന്നൊന്നുണ്ട്. കഴിവും ബലവും ഒത്തുനിൽക്കുമ്പോഴാണ് ആഗ്രഹിച്ചത് നേടാനാകുക.'

കേശു തലതാഴ്ത്തിയിരിക്കുകയാണ്.

കൂട്ടുകാർ രാരിച്ചനോട് ചോദിച്ചു.

'ഒരു ഉദാഹരണം പറയുമോ രാരിച്ചാ.'

രാരിച്ചൻ മൃദുവായി ചിരിച്ചുകൊണ്ട് പറഞ്ഞു.

'പണ്ട് പണ്ട് ആടിനെ റാഞ്ചാൻ ശ്രമിച്ച ഒരു കാക്കയുണ്ടായിരുന്നു. ശുംഭൻ എന്നല്ലാതെ എന്താ പറയാ.'

'ങ്ഹേ...കാക്കയ്ക്ക് ആടിനെ റാഞ്ചാൻ കഴിയോ രാരിച്ചാ?'

Smitha

'പറ്റില്ലാന്ന് നമ്മൾക്കറിയാം. എന്നാലും ചിലര് ശ്രമിച്ചുനോക്കും. ഒരു പരുന്ത് ആകാശത്ത് വട്ടമിട്ട് പറക്കുകയായിരുന്നു. അവന് വിശപ്പ് സഹിക്കാനേ പറ്റുന്നില്ല. താഴോട്ട് നോക്കിയപ്പോൾ തിന്നാനുള്ള തൊന്നും കണ്ടെത്താനും സാധിച്ചില്ല. ഏറെ അലഞ്ഞപ്പോഴാണ് താഴെ ഒരു താഴ്വാരത്ത് ഒരുപറ്റം ചെമ്മരിയാടുകൾ മേയുന്നത് അവന്റെ കണ്ണിൽ പെട്ടത്. അവരെത്തന്നെ നിരീക്ഷിച്ചുകൊണ്ട് നിൽക്കുമ്പോഴാണ് അതിന് സന്തോഷം നൽകുന്ന ഒരു കാഴ്ച കിട്ടിയത്. ചെമ്മരിയാട്ടിൻകൂട്ടത്തിൽ പ്രസവിച്ച് അധികദിവസം തിക യാത്ത ഒരു ആട്ടിൻകുട്ടിയുണ്ടായിരുന്നു.'

'എന്നിട്ട്?'

'പിന്നെ താമസിച്ചില്ല. പരുന്ത് താണുപറന്നു വന്നു. അതിന്റെ വലിയ ചിറകടിയിൽ ആ പ്രദേശത്തുള്ള പൊടിപടലങ്ങൾ ഉയർന്നു. ആട്ടിൻപറ്റത്തിന് എന്താണ് സംഭവിക്കുന്നതെന്ന് മനസ്സിലായില്ല. ഭൂമിയിൽനിന്ന് ഉയർന്നുപൊങ്ങിയ പരുന്തിന്റെ കാൽനഖങ്ങളിൽ ആട്ടിൻകുട്ടിയേയും കോർത്തുപിടിച്ചിട്ടുണ്ടായിരുന്നു. പരുന്ത് അതി നെയുംകൊണ്ട് ദൂരെയുള്ള കുന്നിൻമുകളിലേക്ക് പറന്നുപോയി. അവിടെ ഇരുന്ന് നന്നായി കൊത്തിപ്പൊളിച്ച് തിന്നു.'

'അയ്യോ...രാരിച്ചാ...എന്നിട്ടോ?'

'ഇനിയാണ് കഥ. ആലിൻകൊമ്പത്തിരുന്ന് ഒരു കാക്ക ഇതെല്ലാം കാണുന്നുണ്ടായിരുന്നു. വലിയ പരുന്ത് ആട്ടിൻകുട്ടിയെ കൊണ്ടു പോകുന്നത് കണ്ട് അവന് ആവേശവും അസൂയയും ഉണ്ടായി. ഒരാടിനെ റാഞ്ചണമെന്ന് അവൻ അതിയായി ആഗ്രഹിച്ചു. എന്നു മാത്രമല്ല അതിനായി പുറപ്പെടുകയും ചെയ്തു.'

'ഉം. നല്ല രസമുണ്ട് രാരിച്ചാ...പറയൂ.'

'ശക്തിയായി പറന്നുചെന്ന് കാക്ക ഒരു ചെമ്മരിയാടിന്റെ പുറത്ത് പിടികൂടി. അതിനെ എടുത്തുകൊണ്ടുപോകാനായി പിന്നത്തെ ശ്രമം. അതിനിടയിൽ നീണ്ടു ചുരുണ്ട ആട്ടിൻരോമങ്ങളിൽ കാക്ക യുടെ കാലുകൾ കുരുങ്ങിപ്പോയിരുന്നു. എന്തുചെയ്തിട്ടും കിട്ടു ന്നില്ല. കാക്ക ആകെ ബഹളം വച്ചുതുടങ്ങി. ക്രാ...ക്രാ...ക്രാ എന്ന ലറി വിളിച്ചു.'

'ഹ ഹ ഹ' കുട്ടികൾ എല്ലാം മറന്ന് ചിരിക്കാൻ തുടങ്ങി.

കേശുവിനും ചിരി വന്നു.

ബഹളം കേട്ട് ആട്ടിടയൻ ഓടിവന്നു. ഒരു കാക്ക ചെമ്മരിയാടി ന്റെ പുറത്ത് കുരുങ്ങിക്കിടക്കുന്ന കാഴ്ച കണ്ട് അത്ഭുതപ്പെട്ടു.

അയാൾ വേഗം രോമങ്ങൾ മുറിച്ച് കാക്കയെ സ്വതന്ത്രമാക്കി.

പക്ഷേ ചിറകുകൾ കൂട്ടിപ്പിടിച്ചിരുന്ന ആട്ടിടയൻ കാക്കയേയും കൊണ്ട് തന്റെ വീട്ടിലേക്കാണ് പോയത്. തന്റെ മക്കൾ അതിനെക്കൊണ്ട് കളിക്കട്ടെ എന്നും വിചാരിച്ചു.

കാക്ക കെണി മനസ്സിലാക്കുകയും ക്രാ ക്രാ എന്നു നിലവിളിച്ചുകൊണ്ടിരുന്നു. ആരും അതിനെ രക്ഷിക്കാൻ വന്നില്ല.'

കുട്ടികൾ കഥ കേട്ട് പരസ്പരം നോക്കി.

'നല്ല കഥ. ഞങ്ങൾക്കിഷ്ടമായി.'

കേശു രാരിച്ചന്റെ കൈകൾ കൂട്ടിപ്പിടിച്ചുകൊണ്ട് പറഞ്ഞു.

'ക്ഷമിക്കണം രാരിച്ചാ....ഞാനിനി ഇത്തരം പൊട്ടത്തരം മേലിൽ ചെയ്യില്ല.'

കേശുവിന്റെ വാക്കുകൾ കേട്ട് രാരിച്ചൻ പുഞ്ചിരിച്ചു.

കടുവയെ പിടിച്ച കിടുവ

രാരിച്ചന്റെ നാട്ടിൽതന്നെയായിരുന്നു സുമംഗല മുത്തശ്ശിയും ജീവിക്കുന്നത്. ഒറ്റയ്ക്ക് ഒരു ചെറുവീട്ടിലാണ് താമസിച്ചിരുന്നത്. ആരോടും അത്ര വലിയ അടുപ്പമൊന്നും അവർ കാണിച്ചിരുന്നില്ല. അവർക്ക് മക്കളുണ്ടായിരുന്നെന്നും ഇല്ലായിരുന്നെന്നും രണ്ടു പക്ഷമാണ് നാട്ടുകാർക്ക്. പക്ഷേ, കുറേക്കാലമായി അവരുടെ വീട്ടിൽ മക്കളെയൊന്നും കാണാറില്ല. പായയും കൊട്ടയും മെടഞ്ഞാണ് അവർ വരുമാനം കണ്ടെത്തിയത്. അവരെക്കൊണ്ട് മറ്റൊരാൾക്കും ഉപദ്രവമൊന്നും ഉണ്ടായിരുന്നില്ല.

ഒരു ഉച്ചനേരത്ത് സുമംഗല മുത്തശ്ശി ഉറക്കെ വിളിച്ചുകൂവി.

'ആരെങ്കിലും വരണേ ഓടിവരണേ...'

അതുകേട്ട് കുറെ പുരുഷന്മാരും സ്ത്രീകളും ഓടി അവരുടെ വീട്ടിൽ എത്തി. അവർ മുറി പൂട്ടി പുറത്തുനിൽക്കുകയാണ്.

'എന്താ മുത്തശ്ശീ?'

എല്ലാവരും ചോദിച്ചു.

അവർ വെപ്രാളപ്പെട്ടുകൊണ്ട് പറഞ്ഞു.

'ഒരു ചെറുപ്പക്കാരൻ ഇവിടെ വന്ന് ഭക്ഷണം ചോദിച്ചു. ഞാൻ കൊടുക്കുകയും ചെയ്തു. പിന്നെ വർത്തമാനം തുടങ്ങി. അവൻ പറഞ്ഞു എന്റെ സ്വർണ്ണാഭരണങ്ങളെല്ലാം വൃത്തിയാക്കി പുതിയതുപോലെ ആക്കിത്തരാമെന്ന്. അവന്റെ കൈയിൽ അതിനുള്ള സൂത്രമുണ്ട് പോലും. ഞാൻ സ്വർണ്ണമെടുക്കാൻ അകത്തോട്ട് കേറിയപ്പം അവനും കേറി. എനിക്കെന്തോ പേടി തോന്നി. ഞാനവനോട് പറഞ്ഞു, ആ മുറിയിലെ അലമാരയിലാ ഉള്ളത്. നീയെടുത്തോണ്ടുവാ എന്ന്. അവൻ അകത്തെ മുറിയിൽ കയറിയതും ഞാൻ വാതിൽ വലിച്ചടച്ചു. അവനിപ്പോൾ ആ മുറിയിലുണ്ട്.'

സ്വർണ്ണം വൃത്തിയാക്കാൻ നടക്കുന്ന ചിലരെക്കുറിച്ച് നാട്ടു

Smitha

കാർക്ക് അറിയാമായിരുന്നു. വീട്ടമ്മമാരുടെ സ്വർണ്ണാഭരണങ്ങൾ ഒരു ലായനിയിൽ അലിയിച്ചെടുക്കുകയോ തട്ടിപ്പറിച്ചെടുക്കുകയോ ആണ് അവരുടെ തട്ടിപ്പ്.

നാട്ടുകാരൊക്കെ വടിയും കുന്തവുമായി തയ്യാറായി നിന്നു. ആരോ ഒരാൾ പതുക്കെ വാതിൽ തുറന്നു.

അവൻ പുറത്തേക്ക് ഓടാൻ ശ്രമിച്ചെങ്കിലും തല്ലുകൊണ്ട് അവൻ അവശനായി.

അവനെ അധികാരികളെ ഏല്പിക്കുമ്പോഴാണ് കണ്ടത് അവന്റെ പുറത്തുണ്ടായ സഞ്ചിയിൽ അവൻ അന്ന് പലയിടത്തും നിന്നും മോഷ്ടിച്ച പണമുണ്ടായിരുന്നു എന്ന്. നാട്ടുകാരുടെ തല്ലും കിട്ടി. മോഷ്ടിച്ച മുതലും പോയിക്കിട്ടി.

അന്ന് വൈകുന്നേരം ഇക്കാര്യമെല്ലാം കുട്ടികൾ രാരിച്ചന്റെ വീടിന്റെ ഉമ്മറത്തിരുന്ന് പറഞ്ഞുകൊണ്ടിരുന്നു. കള്ളന്മാരെക്കുറിച്ചുള്ള പുതിയപുതിയ കഥകളാണ് അവർ പറഞ്ഞുകൊണ്ടിരുന്നത്. സുമംഗല മുത്തശ്ശിയുടെ അനുഭവം എല്ലാർക്കുമൊരു പാഠമാണെന്ന് കേശു പറഞ്ഞു.

അപ്പോൾ രാരിച്ചൻ പറഞ്ഞു, 'ഇതുപോലൊരു കഥയുണ്ട്. കേൾക്കണോ?'

'ഉം. കേൾക്കണം.'

കുട്ടികൾ ഉറക്കെ വിളിച്ചുപറഞ്ഞു.

'ഒരു കുട്ടി കിണറിനടുത്തുനിന്ന് കുളിക്കുകയായിരുന്നു. അപ്പോഴാണ് അതുവഴി ഒരു കള്ളൻ പതുങ്ങിവരുന്നത് കണ്ടത്. തന്റെ കഴുത്തിലുള്ള സ്വർണ്ണമാല കള്ളൻ പിടിച്ചുപറിക്കുമോ എന്ന് കുട്ടി ഭയപ്പെട്ടു.

അവൻ ഉറക്കെ നിലവിളിച്ചു.

അടുത്തെങ്ങും ആളുകളില്ലായിരുന്നു.

കള്ളൻ അടുത്തെത്തി.

'എന്തിനാ മോനേ കരയുന്നത്?'

അപ്പോൾ കുട്ടി കരഞ്ഞുകൊണ്ട് പറഞ്ഞു.

'എന്റെ കൈയിലെ വെള്ളിപ്പാത്രം ഈ കിണറ്റിൽ വീണുപോയി. വീട്ടിലറിഞ്ഞാൽ എന്നെ തല്ലിക്കൊല്ലും.'

ഇതുകേട്ട കള്ളൻ സമാധാനിപ്പിച്ചു.

'മോൻ കരയാതിരിക്കൂ. ഇത് ഞാനെടുത്തുതരാം.'

കള്ളൻ കിണറ്റിലിറങ്ങി. വെള്ളിപ്പാത്രമെടുത്തിട്ട് കുട്ടിയുടെ കഴുത്തിലെ മാലയും പൊട്ടിച്ച് ഓടാമെന്നായിരുന്നു കള്ളന്റെ ചിന്ത.

ആഴമുള്ള കിണർ പലതവണ മുങ്ങിത്തപ്പിയിട്ടും വെള്ളിപ്പാത്രം കിട്ടിയില്ല. നിരാശനായി കിണറിൽനിന്നും പുറത്തേക്ക് വന്ന് കള്ളൻ മിഴിച്ചുനിന്നുപോയി. ആ കുട്ടിയും താനവിടെ വച്ച വിലപിടിച്ച വസ്തുക്കളുള്ള സഞ്ചിയും കാണാനില്ല. താൻ ആരെയാണോ പറ്റിക്കാൻ വിചാരിച്ചത് അവൻ തന്നെ പറ്റിച്ചിരിക്കുന്നു.'

കഥ കേട്ട് കുട്ടികൾ കുറേയേറെ ചിരിച്ചു.

ചതിയെന്ന ദുർഗുണം

രാരിച്ചനും കൂട്ടാളികളും കൂടി വയലിൽ വേനൽകൃഷി നടത്തിയിരുന്നു. രണ്ടുമൂന്നുമാസത്തിനകം വെണ്ടയും പാവലും വെള്ളരിയും ചീരയും പടവലവും ഒക്കെ നല്ല ഒന്നാംതരമായി വിളഞ്ഞു കിടന്നു.

പകൽമുഴുവൻ ആരെങ്കിലുമായി വളമിടാനും വെള്ളം നനയ്ക്കാനുമായി വയലിൽ ഉണ്ടാകും.

വിളവ് പാകമായി വരുമ്പോൾ രാരിച്ചന് ഒരു സംശയം തോന്നി. മൂത്ത് പാകപ്പെട്ട വിളവ് കാണാതാകുന്നുണ്ടോ എന്ന്. തന്റെ കൂട്ടുകാരോട് അദ്ദേഹം അതു പറയുകയും ചെയ്തു. അവർ എല്ലാരും മൂന്നാലുദിവസം നിരീക്ഷിച്ചപ്പോൾ സംഗതി ശരിയാണെന്ന് മനസ്സിലായി.

എന്നാൽ ആരാണ്, എപ്പോഴാണ് മോഷ്ടിക്കുന്നതെന്ന് മനസ്സിലാക്കാൻ അവരെല്ലാം രാത്രി കാവൽനിൽക്കാൻ തീരുമാനിച്ചു.

പക ൽസമയം ജോലിയെല്ലാം തീർത്ത് അവർ ഒരിടത്ത് ഒളിച്ചിരുന്നു.

രാത്രി ഏറെ വൈകിയപ്പോൾ വയലിലേക്ക് ആരോ പ്രവേശിച്ചതായി തോന്നി. രാരിച്ചനും കൂട്ടരും ശ്വാസം പിടിച്ചുകൊണ്ട് പതുക്കെ വയലിലിറങ്ങി.

വന്ന ആൾ പതുക്കെ വയലിൽനിന്നും മുഴുത്ത വെള്ളരിയും പടവലവും ചീരയും ഒക്കെ മോഷ്ടിക്കുന്നത് കണ്ടപ്പോൾ അവരുടെ ഉള്ള് നടുങ്ങിപ്പോയി. തങ്ങൾ കഷ്ടപ്പെട്ട് നട്ടു വിളയിച്ച വിഭവങ്ങൾ മറ്റാരോ കൊണ്ടുപോകുന്നു. പൊതുവെ ദേഷ്യം വരാത്ത രാരിച്ചൻപോലും കോപംകൊണ്ട് വിറച്ചു. അധ്വാനിക്കാതെ അപ്പം തിന്നുന്ന ഇവനെയൊന്നും വെറുതെ വിട്ടാൽ പറ്റില്ലെന്ന് അദ്ദേഹത്തിനുതോന്നി.

രാരിച്ചൻ തന്റെ സുഹൃത്തുക്കളോട് അവനെ പിടിക്കാൻ അനുമതി കൊടുത്തു. അവർ പാടത്തെ വളഞ്ഞു. കള്ളൻ രക്ഷപ്പെടുന്നതിനുമുമ്പ് പിടിക്കുകയും ചെയ്തു. തൊണ്ടിമുതൽ സഹിതം അവനെ പിടിച്ചപ്പോൾ അവൻ പേടിച്ചു. എന്നാൽ അവൻ പറഞ്ഞതിങ്ങനെയാണ്, 'രാരിച്ചാ ഞാനാദ്യമായിട്ടാണിവിടെ വന്നത്. ഇതിനുമുമ്പ് വന്നതൊന്നും ഞാനല്ല. എന്റെ കൂട്ടുകാരാണ്. എന്നെ ദയവു ചെയ്ത് ഉപദ്രവിക്കരുത്.'

എന്നാൽ എല്ലാവരുംകൂടി അവനെ തല്ലിച്ചതച്ചു.

തങ്ങളുടെ അധ്വാനത്തെ നിസ്സാരമാക്കി കളഞ്ഞതാണ് അവർക്ക് അത്രയധികം ദേഷ്യം വന്നത്.

അവശനിലയിലായപ്പോൾ കള്ളൻ പറഞ്ഞു.

'അയ്യോ എന്നെ വെറുതെ വിടൂ. അങ്ങനെ ചെയ്താൽ ഇതുവരെ മോഷ്ടിച്ചവരെ ഞാൻ കാട്ടിത്തരാം.'

അതുകേട്ട് എല്ലാവരും അമ്പരന്നു. സ്വന്തം ശരീരം രക്ഷിച്ച് മറ്റുവരെ ഒറ്റിക്കൊടുക്കുന്നവനാണ് ഏറ്റവും വലിയ തെറ്റുകാരൻ.

'ഇവനെ വെറുതെ വിടരുത്. നിയമത്തിന്റെ മുന്നിലെത്തിക്കണം.'

രാരിച്ചൻ ഉത്തരവിട്ടു.

കൂട്ടുകാർ അവനെ പിടിച്ചുകെട്ടി. അധികാരിയുടെ മുന്നിലേക്ക് കൊണ്ടുപോവുകയും അവൻ ശിക്ഷിക്കപ്പെടുകയും ചെയ്തു.

ഇക്കഥ അറിഞ്ഞു കുട്ടികൾ രാരിച്ചനോട് ചോദിച്ചു.

'എന്താ രാരിച്ചാ മാപ്പ് അയാൾക്ക് നൽകാഞ്ഞത്?'

കുട്ടികളെ നോക്കി പുഞ്ചിരിച്ച രാരിച്ചൻ ഒരു കഥ പറഞ്ഞുതുടങ്ങി.

'ഒരു പക്ഷിപ്പിടുത്തക്കാരൻ വല തയ്യാറാക്കി കാത്തിരുന്നു. കുറെ കാത്തിരുന്നപ്പോൾ അതിൽ ഒരു തിത്തിരിപ്പക്ഷി കുടുങ്ങി. അതിന്റെ ബഹളം കേട്ട് അയാൾ ചെന്നു.

'വേട്ടക്കാരാ എന്നെ വിട്ടയക്കാൻ ദയവുണ്ടാകണേ.'

ദീനസ്വരത്തിലാണ് പക്ഷി അപേക്ഷിച്ചത്. മാത്രമല്ല, അത് ഒരു കാര്യംകൂടി പറയുന്നുണ്ടായിരുന്നു,

'എന്നെ വിട്ടയക്കുന്ന പക്ഷം മറ്റ് ധാരാളം തിത്തിരിപ്പക്ഷികളെ ഈ വലയിൽ കുടുക്കിത്തരാനുള്ള സൂത്രവും ഞാൻ ഉറപ്പായും പറഞ്ഞുതരും. ഇപ്പോൾ ദയവായി എന്നെ രക്ഷിക്കൂ.'

തിത്തിരിപ്പക്ഷിയുടെ വാക്കുകൾ ശ്രദ്ധയോടെ കേൾക്കുകയായിരുന്ന വേട്ടക്കാരൻ പറഞ്ഞു.

'നീ ആദ്യവാചകത്തിൽത്തന്നെ അപേക്ഷ നിർത്തിയിരുന്നെ

ങ്കിൽ ഞാൻ വിട്ടയക്കുമായിരുന്നു. സ്വന്തം കാര്യത്തിനുവേണ്ടി മറ്റ് നിരപരാധികളായ കൂട്ടുകാരെ ചതി പ്രയോഗിച്ച് വലയിൽ അകപ്പെടുത്തിത്തരാമെന്ന് ഏറ്റുവല്ലോ. അപ്പോൾ നിനക്ക് കിട്ടേണ്ടത് മരണം തന്നെയാണ്.'

കഥ നിർത്തി രാരിച്ചൻ കുട്ടികളെ മാറിമാറി നോക്കി.

അവർ അത്ഭുതത്തോടെയും ആദരവോടെയും രാരിച്ചനെ തൊഴുതു.

കേട്ടതെല്ലാം വിശ്വസിക്കരുത്

'അയ്യോ പുലിയിറങ്ങി...നമ്മുടെ നാട്ടിൽ പുലിയിറങ്ങി.'

വിക്രമൻ ഉറക്കെ വിളിച്ചുപറഞ്ഞുകൊണ്ട് ഓടിപ്പോയി.

കേട്ടവർ കേട്ടവർ അന്തംവിട്ടു.

'ആരാ പറഞ്ഞത്?'

ആരോ ചോദിക്കുന്നുണ്ട്. ഓടുന്നതിനിടയിൽ അവൻ പറഞ്ഞു, 'മുത്താരംകുന്നിന്റെ അടിവാരത്ത് കണ്ടൂന്ന് ലോനപ്പൻ പറഞ്ഞു. അവൻ പറഞ്ഞിട്ടാ മീനാക്ഷി അറിഞ്ഞത്. മീനാക്ഷിയാ എന്നോട് പറഞ്ഞത്.'

'സത്യാണോ?'

'ങ്ഹാ.'

പിന്നീട് പല ഭാഗത്തുനിന്നും വിളിച്ചുകൂവുന്ന ശബ്ദം മാത്രമേ കേൾക്കാനുള്ളൂ. നാടാകെ ബഹളമായി. പുലിയെ അവിടെ കണ്ടു ഇവിടെ കണ്ടു എന്നൊക്കെ ആളുകൾ പറയാൻ തുടങ്ങി. രാത്രിയാകുമ്പോഴേക്കും എല്ലാവരും സ്വന്തം വീട്ടിൽ അടച്ചിരുന്നു. പകൽപോലും ജോലിക്ക് പോകാൻ ഭയപ്പെട്ടു.

ഗ്രാമത്തിലാകെ ഭീതി പടർന്നു.

കേൾക്കുന്നവരും കാണുന്നവരുമൊക്കെ പുലിയുടെ കണ്ണ് കണ്ടു, വാലു കണ്ടു, കാലടിയടയാളം കണ്ടു എന്നൊക്കെ പറയാൻ തുടങ്ങി. ഇങ്ങനെ എത്രദിവസം കഴിയും. അവസാനം രാരിച്ചനും നാലഞ്ച് ചെറുപ്പക്കാരും പുലിയെ അന്വേഷിച്ചിറങ്ങി.

പലയിടത്തും രാത്രിയും പകലിലും ഗ്രാമത്തിലൂടെ നടന്നു. എന്നാൽ പുലിയെ കണ്ടെത്താനായില്ല. അവരുടെ മുന്നിൽ പുലിയുടെ ഒരടയാളവും കിട്ടിയില്ല.

നാട്ടുകാർ വീണ്ടും വിഷമത്തിലായി.

ഒരുദിവസം രാത്രിയിൽ രാരിച്ചൻ വീട്ടിലേക്ക് നടക്കുമ്പോഴാണ് വഴിയരികിൽ ഒരു ജീവിയെ കണ്ടത്. അടുത്തുചെന്ന് നോക്കിയപ്പോഴാണ് അതൊരു കാട്ടുപോത്താണെന്ന് മനസ്സിലായത്. ഇതിനെയാണോ ആളുകൾ പുലിയെന്ന് പറഞ്ഞുപരത്തിയത്.

നാട്ടുകൂട്ടം കൂടി. രാരിച്ചൻ താൻ കണ്ട കാര്യം എല്ലാവരോടും പറഞ്ഞു.

ആരാണ് ആദ്യം ഈ പുലിക്കഥ പറഞ്ഞത് എന്നറിയാൻ അവിടെ ഒരു ശ്രമം നടന്നു. ഓരോരുത്തരും മറ്റുള്ളവരെ ചൂണ്ടി. അതവസാനം വിക്രമനിലെത്തി. വിക്രമൻ കൈചൂണ്ടിയത് കാഴ്ച കുറഞ്ഞ രാമനിലായിരുന്നു. സന്ധ്യാസമയത്ത് വരുമ്പോഴാണ് എന്തോ മുന്നിലൂടെ ഓടുന്നത് കണ്ടത്. അത് പുലിയാണെന്ന് അവനങ്ങ് തീരുമാനിച്ചു.

കാര്യമറിയാതെ ബഹളം വച്ചതുകൊണ്ട് ഒരാഴ്ച ഗ്രാമജീവിതം സ്തംഭിച്ചു. ആൾക്കൂട്ടമൊക്കെ നാണംകെട്ട് നിന്നപ്പോൾ രാരിച്ചൻ പറഞ്ഞു.

'പണ്ടൊരു വീട്ടിൽ ഒരു കുട്ടി നിർത്താതെ കരഞ്ഞുകൊണ്ടിരുന്നു. കരച്ചിൽ സഹിക്കാനാകാതെ അമ്മ കുഞ്ഞിനോട് പറഞ്ഞു, 'നിന്നെ ഞാൻ ജനലിലൂടെ പുറത്തേക്കെറിയും. ചെന്നായ നിന്നെ കടിച്ചുതിന്നട്ടെ.' അപ്പോൾ ജനലിന്റെ ചുവടെക്കൂടി പോകുന്ന ചെന്നായ അതു കേൾക്കാനിടയായി.

കൊള്ളാം ഇന്ന് നല്ല ദിവസംതന്നെ. തന്റെ അത്താഴം ഏതു നിമിഷത്തിലും ജനലിലൂടെ പുറത്തേക്ക് വരും എന്ന ചിന്തയോടെ അത് ജനലിന്റെ താഴെ കാത്തിരുന്നു.

കാത്തിരിപ്പ് മണിക്കൂറുകൾ വരെ നീണ്ടുപോയി.

കുട്ടി കരച്ചിൽ നിർത്തി ഉറങ്ങിയെന്നു തോന്നുന്നു. തണുപ്പുകൂടിയ ആ രാത്രിയിൽ ചെന്നായ ഒരേ ഇരിപ്പ് തന്നെ. നല്ല ഇളപ്പമുള്ള ഇറച്ചി കിട്ടുമെന്ന് പ്രതീക്ഷിച്ച് വായിൽ വെള്ളം നിറച്ചിരിപ്പായി.

പക്ഷേ ഇറച്ചിയായി കുട്ടി പുറത്തേക്ക് വന്നില്ല.

നേരം വെളുത്തുതുടങ്ങി. അകത്ത് കുട്ടി ഉണർന്ന് ചിരിച്ച് കളിക്കുന്ന ശബ്ദം ചെന്നായ കേട്ടു. ഇനിയും കാത്തിരിക്കാൻ വയ്യെന്ന് കരുതി ചെന്നായ ജനാലയിലൂടെ തല അകത്തേക്കിട്ടു. കുഞ്ഞിന്റെ

Smitha

അമ്മ അതു കണ്ട് ഉടനെ ജനാല വലിച്ചടച്ചു. എന്നിട്ട് മുറ്റത്തേക്ക് ചെന്ന് പട്ടികളെ അഴിച്ചുവിട്ടു.

ചെന്നായ ജീവനുംകൊണ്ട് കാട്ടിലേക്ക് ഓടിപ്പോയി.

സുരക്ഷിതസ്ഥലത്തെത്തിയപ്പോഴാണ് അത് ശ്വാസം വിട്ടത്.

'കേൾക്കുന്നതെല്ലാം സത്യമാണെന്ന് ഇനിയൊരിക്കലും ഞാൻ വിശ്വസിക്കില്ല.' എന്ന് അത് തനിയെ പറയുകയും ചെയ്തു.

ചെന്നായയുടെ അനുഭവമാണിവിടെയും.

ഏതെങ്കിലും അമ്മ കുഞ്ഞിനെ ചെന്നായക്ക് എറിഞ്ഞുകൊടുക്കുമോ?

അത് ചിന്തിക്കാനുള്ള വിവേകം ചെന്നായക്ക് ഇല്ലാതെ പോയി.

നാട്ടുകാരെല്ലാം ആശ്വാസത്തോടെ നെടുവീർപ്പിട്ടു.

രണ്ടുതവളകൾ

വേനൽ കടുത്തുവന്നു.

ഒരുദിവസം ശങ്കരനും കേശുവും ഗോപുവും കൂടി ഒരിടത്ത് ഒത്തുകൂടി.

നാട്ടിലെ തോടുകളും കുളങ്ങളും വറ്റിവരണ്ടിരിക്കുന്നു. ഒന്ന് മുങ്ങിക്കുളിക്കാൻ യാതൊരു വഴിയുമില്ല.

'ദേ കൂട്ടരേ, ഇവിടുന്ന് കുറച്ചുനടന്നാൽ നമുക്ക് കീരിപ്പുഴയിൽ എത്താം. അവിടുത്തെ കടവിൽ എപ്പോഴും വെള്ളമുണ്ടാകും.'

എല്ലാവരും ആഹ്ലാദത്തോടെ കീരിപ്പുഴയുടെ തീരത്തെത്തി.

ശരിയാണ്. അവിടെ നീന്തിക്കുളിക്കാൻ മാത്രം വെള്ളമുണ്ട്. വള്ളങ്ങളെല്ലാം കരയോട് ചേർത്ത് ബന്ധിച്ചിരിക്കുന്നു.

അതുവഴി വന്ന് വൃദ്ധയായ സ്ത്രീ അവരോട് പറഞ്ഞു, 'കുട്ടികളേ, വെള്ളമില്ലാത്തിടത്ത് നീന്തല്ലേ. മണല് വാരിയ കുഴികളുണ്ടാകും. സൂക്ഷിക്കണേ.'

എന്നാൽ വെള്ളം കണ്ട സന്തോഷത്തിൽ ശങ്കരനും കേശുവും എടുത്തുചാടി. എത്രകാലമായി ഒന്ന് നീന്തിയിട്ട്. കേശു പൊന്തിവന്നു നീന്തിത്തുടങ്ങി. എന്നാൽ ചാടിയ ദിക്കിൽനിന്നും ശങ്കരൻ പൊങ്ങിവന്നില്ല.

'എടാ കേശൂ ശങ്കരനെവിടെ?'

'ഓൻ മുങ്ങാംകുഴിയിടുന്നുണ്ടാകും.'

എന്നാൽ ഏറെനേരം കാത്തിരുന്നിട്ടും അവൻ ഉയർന്നില്ല. ഗോപുവിനും കേശുവിനും പേടിയായി.

അവർ ഉറക്കെ നിലവിളിച്ചു. നിലവിളി കേട്ട് കുറെ യുവാക്കൾ ഓടിവന്നു. ഗോപു കാര്യം പറഞ്ഞപ്പോൾ അവർ അമ്പരന്നു.

മണലെടുത്ത കുഴിയിൽ ആണ്ടുപോയാൽ രക്ഷിക്കാനാകില്ല. എങ്കിലും നല്ല നീന്തലറിയുന്ന രണ്ടുപേർ ജീവൻ പണയം വെച്ച്

ആ ഭാഗത്ത് മുങ്ങിത്തപ്പി. ഏറെ പരിശ്രമത്തിനൊടുവിൽ തളർന്ന് ബോധംമറഞ്ഞ ശങ്കരനെയും കൊണ്ട് അവർ കരയിലെത്തി. കേശുവും ഗോപുവും നിലവിളിക്കാൻ തുടങ്ങി.

യുവാക്കൾ അവരെ ശാസിച്ചു.

ശങ്കരനേയും കൊണ്ട് വൈദ്യരെ സമീപിക്കുകയും കുറെ ശ്രമിച്ചപ്പോൾ അവർ കണ്ണുതുറക്കുകയും ചെയ്തു.

രാരിച്ചനും കുട്ടികളും ശങ്കരന്റെ വീട്ടിലെത്തി.

ആരുടെയും വാക്കിന് വില കല്പിക്കാതെ പുഴക്കരയിൽ പോയതിന് രാരിച്ചൻ അവരെ വഴക്ക് പറഞ്ഞു. ഈ വേനൽക്കാലത്ത് പുഴയിലെ വെള്ളം ഒരിക്കലും കുളിക്കാൻ ഉപയോഗിക്കരുത്. അത്രയും മലിനമായിരിക്കും. പിന്നെ പുഴയെ മനസ്സിലാക്കാത്തവർ വെള്ളം കാണുന്നിടത്തൊക്കെ ചാടുകയാണോ വേണ്ടത്.

രാരിച്ചന്റെ ദേഷ്യംകണ്ട് കുട്ടികൾക്ക് കുറ്റബോധംതോന്നി.

ശങ്കരന്റെ മാതാപിതാക്കൾക്കും ഇങ്ങനെ സംഭവിച്ചതിൽ സങ്കടമുണ്ടായിരുന്നു. കൂട്ടുകൂടി ആപത്തിൽ ചെന്ന് ചാടരുതെന്ന് എത്ര പറഞ്ഞാലും കുട്ടികൾക്ക് മനസ്സിലാകുന്നില്ലെന്ന് ശങ്കരന്റെ അച്ഛൻ രാരിച്ചനോട് ആവലാതിയും പറഞ്ഞു.

കുട്ടികളുടെ മ്ലാനമായ മുഖത്തേക്ക് നോക്കിയപ്പോൾ രാരിച്ചൻ പറഞ്ഞുതുടങ്ങി.

'വളരെ പണ്ടുകാലത്ത് നടന്നതാണ്.

കടുത്ത വേനൽക്കാലം വന്നു. അരുവികളും കുളങ്ങളും തോടുകളും വറ്റിവരണ്ടു. ഭൂമിയൊക്കെ വിണ്ടുകീറി കിടപ്പാണ് പലേടത്തും. അപ്പോഴാണ് രണ്ടുതവളകൾ ദാഹജലം തേടി ഒരു കിണറ്റിൻകരയിലെത്തിയത്.

അതിലൊരു തവള കിണറ്റിലേക്ക് എത്തി നോക്കിയിട്ട് പറഞ്ഞു.

'ഹോ ഇതിൽ വെള്ളമുണ്ട്. കണ്ടപ്പോളെന്താശ്വാസം.'

ഇനിയെന്താണ് ചെയ്യേണ്ടത്. താഴത്തേക്ക് എടുത്തുചാടണോ വേണ്ടയോ എന്നതിനെപ്പറ്റി അവർ ചർച്ച ചെയ്തുതുടങ്ങി.

'വെള്ളം വളരെ നല്ലതാണെന്ന് തോന്നുന്നു. നമുക്ക് കിണറ്റിലേക്ക് ചാടാം.' ഒരു തവള ആവേശത്തോടെ പറഞ്ഞു. 'നമുക്കാവശ്യമുള്ള വെള്ളം കുടിക്കാമെന്ന് മാത്രമല്ല, ആ ജലം മുഴുവൻ നമ്മുടേതാവുകയും ചെയ്യും.'

രണ്ടാമത്തെ തവള അതുകേട്ട് കുറേ ആലോചിച്ച ശേഷം പറഞ്ഞു. 'നിങ്ങളുടെ അഭിപ്രായം നല്ലതാണ്. പക്ഷേ, വേനൽ ഇനിയും ഇങ്ങനെ തുടർന്നാൽ ഈ കിണറിലെ വെള്ളവും വറ്റിപ്പോയെന്നു

Smitha

വരാം. അപ്പോൾ നാം എന്തു ചെയ്യും. കുടിക്കാൻ വെള്ളമില്ലാതേയും പുറത്തുകടക്കാൻ വഴിയില്ലാതേയും നാം അതിനകത്ത് പെട്ടുപോവില്ലേ.'

ആലോചിച്ചപ്പോൾ അത് ശരിയാണെന്ന് ആദ്യത്തെ തവളയ്ക്ക് തോന്നി.

അതുകൊണ്ട് അവർ ആപത്തിൽ പെടാതെ രക്ഷപ്പെട്ടു.

രാരിച്ചൻ കഥ പറഞ്ഞശേഷം എഴുന്നേറ്റു.

കുട്ടികൾ വലിയ കുറ്റബോധത്തോടെ ശങ്കരന് കൂട്ടായി അവന്റെ വീട്ടിൽത്തന്നെ ഇരുന്നു.

സഹകരണം

കേളുപ്പണിക്കരുടെ കണ്ടത്തിൽ നെല്ല് പാകമായിക്കിടക്കാൻ തുടങ്ങിയിട്ട് ഏറെനാളായി. കൊയ്യാൻ ആളെ കിട്ടിയില്ല. അതെന്താ അങ്ങനെ എന്നു ചോദിച്ചാൽ നിലമൊരുക്കിയവരും വിത്തിട്ടവരും പരിപാലിച്ചവരും നല്ല കൃഷിപ്പണിക്കാർതന്നെ. പക്ഷെ കൊയ്യാൻമാത്രം അവർ വരില്ല എന്ന് വാശി പിടിച്ചു. കൊയ്തുകിട്ടുന്ന നെല്ലും പണവും കുറച്ചുകാലം പണിക്കാരുടെ വിശപ്പകറ്റും. ശരിതന്നെ. പക്ഷേ, കേളുപ്പണിക്കരോടുള്ള വൈരാഗ്യംകൊണ്ട് കൊയ്ത്തിന് വരാത്തതാണ്.

കുറച്ചുദിവസംമുമ്പ് കൃഷിപ്പണിക്കാരുടെ പ്രദേശത്തുള്ള ഒരു കാവിൽ ഉത്സവം നടന്നു. ഉത്സവപ്പറമ്പിൽ ഒരു അടിപിടി കേസുണ്ടായി. കേളുപ്പണിക്കരും മകനുംകൂടി കുറേ ആളുകളെ അടിച്ച് പരുക്കേൽപ്പിച്ചു. കേസ് ഒതുക്കിത്തീർക്കാൻ അയാൾ അധികാരികൾക്ക് ധാരാളം പണം കൊടുത്തു. പക്ഷേ, പരുക്ക് പറ്റിയവർക്ക് ഒരു സഹായമോ ആശ്വാസവാക്കോ കൊടുത്തില്ല. മാത്രമല്ല, വൃത്തികെട്ട ഭാഷയിൽ അവരെ അധിക്ഷേപിക്കുകയും ചെയ്തു.

ഇതൊക്കെ അറിഞ്ഞ കൃഷിപ്പണിക്കാർ ഒത്തുകൂടിയിരുന്ന് ആലോചിച്ചതാണ്. കേളുപ്പണിക്കരുടെ കൃഷി കൊയ്യരുതെന്ന്. മാത്രമല്ല, ദൂരെ ദേശത്തുനിന്നും കൊയ്ത്തുകാരെ കൊണ്ടുവന്നാൽ അവരെ അടിച്ചോടിക്കുകയും ചെയ്യണം. ഉടമസ്ഥനെ അങ്ങനെ ഒരു പാഠം പഠിപ്പിക്കണമെന്നാണ് അവർ തീരുമാനിച്ചത്. കേളുപ്പണിക്കർ തൊട്ടടുത്ത ദേശത്തുനിന്നും കൊണ്ടുവന്ന പണിക്കാരെയെല്ലാം അവർ ഭീഷണിപ്പെടുത്തി ഓടിച്ചു.

കഷ്ടംതന്നെ. നെല്ലെല്ലാം പാകമായി ചെടിയൊക്കെ ഉണങ്ങി തല കുത്തി വീഴാൻ തുടങ്ങി. രാരിച്ചൻ ഇക്കാര്യം അറിഞ്ഞു. കേളുപ്പണിക്കരോട് രാരിച്ചനും അത്ര മതിപ്പില്ലാത്തതാണ്. പക്ഷേ, വയ

ലിൽ നിൽക്കുന്ന നെല്ല് ഒരുപാടുപേരുടെ വിശപ്പിനുള്ള ഔഷധ മാണ്. മനുഷ്യർതമ്മിലുള്ള വിദ്വേഷത്തിന് നെല്ലെന്ത് പിഴച്ചു.

രാരിച്ചൻ ഗോപുവിനെയും ശങ്കരനേയും കേശുവിനേയും വിക്ര മനേയും കൂട്ടി കൃഷിയിടത്തിലെത്തി.

'കുട്ടികളേ മുതിർന്നവർ അനാവശ്യമായ മത്സരത്തിലാണ്. നോക്കൂ. ഇത്ര വിശാലമായ നെൽപ്പാടത്തിലെ കൃഷി കൊയ്തില്ലെ ങ്കിൽ കൃഷിദേവത നമ്മെ ശപിക്കും. നമുക്ക് പതുക്കെ കൊയ്തു വയ്ക്കാം. കേളുപ്പണിക്കർ എതിർക്കില്ലെന്ന് തോന്നുന്നു.'

രാരിച്ചൻ കുറേ അരിവാളുകൾ സംഘടിപ്പിച്ചു. കൊയ്യേണ്ടതെ ങ്ങനെ എന്ന് കാട്ടിക്കൊടുത്തു. കറ്റ അടുക്കിവെക്കേണ്ടതും കെട്ടി വെക്കേണ്ടതും കളപ്പുരയിൽ കൊണ്ടുവെക്കേണ്ടതെങ്ങനെയെന്നും പറഞ്ഞുകൊടുത്തു.

അവർ അങ്ങനെ കൊയ്തുതുടങ്ങിയപ്പോൾ കുറേ കൃഷിപ്പണി ക്കാർ ഓടിവന്ന് എതിർത്തു.

പക്ഷേ രാരിച്ചൻ അവരോട് ചോദിച്ചത് ഇത്രമാത്രം.

'മനുഷ്യരോട് പക വീട്ടാം. നെല്ലിനോട് വേണോ? അന്നം ദൈവ മാണെന്നാണ് ഞാൻ പഠിച്ചത്.'

പണിക്കാർ അതുകേട്ട് വരമ്പത്ത് കുത്തിയിരുന്ന് ആലോചിച്ചു. ചിലർ പരസ്പരം പിറുപിറുക്കുകയും ചെയ്തു.

രാരിച്ചനെ അടിച്ചോടിക്കാൻ അവർക്ക് ധൈര്യം വന്നില്ല.

'രാരിച്ചനെന്തിനാ ഈ പ്രശ്നത്തിൽ ഇടപെടുന്നത്. ഇത് ഞങ്ങൾ കൃഷിക്കാരും കേളുപ്പണിക്കരും തമ്മിലുള്ള സമരമാണ്.'

കൊയ്ത്തു നിർത്തി രാരിച്ചൻ നിവർന്നുനിന്നു. എന്നിട്ട് പതുക്കെ പറഞ്ഞുതുടങ്ങി.

'ഒരിടത്ത് ഒരു മനുഷ്യൻ കൂനിക്കൂടി ഇരിക്കുമ്പോൾ അയാളുടെ കൈയും വായും തലയും തമ്മിൽ ഒരു സംഭാഷണമുണ്ടായി.

'ഞാൻ ഭക്ഷണമെടുത്ത് വായ്ക്ക് കൊടുക്കും. വായ അത് ചവച്ച് വയറിന് കൊടുക്കും. ഇതിൽ ഞങ്ങൾക്കെന്ത് കാര്യം. കുടലല്ലേ തടിച്ചുവീർക്കുന്നത്.' കൈയാണ് ഇങ്ങനെ പറഞ്ഞത്.

അതുകേട്ട് കാലുകൾ പറഞ്ഞതെന്താണെന്നോ?

'ശരിയാണ്. ഞങ്ങളും ആലോചിക്കാതിരുന്നില്ല. അവനെ ഞങ്ങ ൾ ചുമന്ന് നടക്കുകയും ചെയ്യുന്നു. ഒരു മല ചുമന്നാലും വേണ്ടി ല്ലാ, മടിയനെ ചുമക്കാൻ വയ്യാ.'

'നമുക്ക് സമരം പ്രഖ്യാപിക്കാം.' കൈയാണ് ആദ്യം പറഞ്ഞത്. 'ഇനി ഒരു സാധനവും ഞാൻ വായിലേക്ക് എടുത്തുകൊടുക്കില്ല.'

അങ്ങനെ കുറേമണിക്കൂറുകൾ കഴിഞ്ഞപ്പോൾ അയാൾക്ക് ഇരിക്കാൻ വയ്യാതായി. തൊണ്ട വരളുകയും തല ചുറ്റുകയും ചെയ്തു. ക്ഷീണംകൊണ്ട് അയാൾ അവിടെത്തന്നെ കിടപ്പിലായി. കൈകൾ തളർന്നു. കാലുകളിൽ വിറയൽ തോന്നിത്തുടങ്ങി. വായ രണ്ടുപേരോടും ഒന്നും പറയാൻ കഴിയാത്തതിന്റെ വിഷമത്തിലുമായി. എങ്കിലും അതിനു പറയേണ്ടിവന്നു.

'നിങ്ങൾ എടുത്തുകൊടുക്കുന്ന ഭക്ഷണം ഞാനും കുടലും ചേർന്ന് വേണ്ടതുപോലെ പാകപ്പെടുത്തി രക്തത്തിലൂടെ നിങ്ങൾക്കുതന്നെ തിരിച്ചുതരുന്നു. മാത്രമല്ല മറ്റ് അവയവങ്ങളേയും അവയുടെ ആവശ്യം കണ്ടറിഞ്ഞ് തൃപ്തിപ്പെടുത്തുന്നു. കുടൽ നിങ്ങളേയും എന്നേയും ആശ്രയിച്ചിരിക്കുന്നതുപോലെ കുടലിനെ നമ്മളും ആശ്രയിച്ചാണ് ഇരിക്കുന്നത്. അതിനാൽ നിങ്ങൾ സമരം പിൻവലിക്കണം.'

കാര്യം ബോധ്യപ്പെട്ട കാല് ശരീരത്തെ താങ്ങി തീൻമേശയ്ക്ക് അരികിൽ കൊണ്ടുപോയി. കൈയുംവായും വേണ്ടതുപോലെ ജോലി ചെയ്തു. കുടലും അതിന്റെ കർത്തവ്യം നിറവേറ്റി.

അപ്പോൾ ശരീരം ക്ഷീണം വിട്ടുണർന്നു.

ഒരുനിമിഷം നിർത്തിയിട്ട് രാരിച്ചൻ പറഞ്ഞു.

'പരസ്പരം ആശ്രയിക്കാതെയും സഹകരിക്കാതേയും നമുക്ക് ജീവിക്കാനാവില്ല. പിന്നെങ്ങനെ പൊതുനന്മയുണ്ടാകും.'

രാരിച്ചൻ സംസാരം നിർത്തി കൊയ്ത്തു തുടർന്നു.

പാടവരമ്പിൽ സമരം ചെയ്തിരുന്ന കുറെ കൃഷിപ്പണിക്കാർ കൊയ്ത്തരിവാളെടുത്ത് കണ്ടത്തിലിറങ്ങി കൊയ്യാൻ തുടങ്ങി.

കുറ്റവാളി ആര്?

ശേഖരഗൗഡയുടെ കരിമ്പിൻതോട്ടത്തിൽ കരിമ്പ് വിളഞ്ഞു പാകമായെന്ന് തോട്ടം തൊഴിലാളി പറയുന്നത് ഒരിക്കൽ ശങ്കരൻ കേട്ടു. മധുരമുള്ള കരിമ്പിനെക്കുറിച്ച് ഓർത്തപ്പോൾ അവന്റെ വായിൽ വെള്ളമൂറി. തന്റെ തിരുട്ടുകൂട്ടുകാരായ തിമ്മപ്പനേയും മാധവനേയുംകൂട്ടി അവൻ കരിമ്പിൻതോട്ടത്തിനടുത്തെത്തി.

തോട്ടം കണ്ട് അവന് അതിയായ സന്തോഷം തോന്നി. ആരുടെ തോട്ടമായാലെന്ത്? തനിക്ക് കുറച്ച് കരിമ്പ് തിന്നണം. അവന്റെ കൂട്ടുകാരോട് ആഗ്രഹം പറഞ്ഞു. അവർക്ക് നൂറുസമ്മതം. ശങ്കരന്റെ ആഗ്രഹം സാധിച്ചുകൊടുക്കുമ്പോൾ അവർക്കും ഇഷ്ടം പോലെ കരിമ്പ് തിന്നാമല്ലോ.

'കൂട്ടുകാരേ, നിങ്ങൾ തോട്ടത്തിലിറങ്ങിയാൽ മതി. ഞാനിവിടെ കാവൽ നിൽക്കാം. ശേഖരഗൗഡരുടെ ആൾക്കാർ വരുമ്പോൾ ഞാൻ വിവരം പറയാം.'

അന്യന്മാരുടെ മുതല് മോഷ്ടിക്കുന്ന കാര്യത്തിൽ യാതൊരു മടിയുമില്ലാത്തവരാണ് കൂട്ടുകാരെന്ന് ശങ്കരനറിയാം. അവരെപ്പോലെ തനിക്ക് മോഷ്ടിക്കാൻ ധൈര്യമില്ലെന്ന് അവന് നല്ല ബോധ്യമുണ്ട്. ശങ്കരൻ കാവൽ നിന്നപ്പോൾ ചെറിയ കത്തികളുമായി തിമ്മപ്പനും മാധവനും കരിമ്പു വെട്ടാൻ തുടങ്ങി. തോട്ടം അനങ്ങിത്തുടങ്ങിയത് ഒരു തൊഴിലാളി കണ്ടു. അവൻ നായ്ക്കളെ അഴിച്ചുവിട്ടു. നായ്ക്കൾ മോഷ്ടാക്കളെ വളഞ്ഞുനിന്ന് കുരച്ചുകൊണ്ടിരുന്നു. തൊഴിലാളികൾക്ക് അവരെ പിടികൂടി ശേഖരഗൗഡയുടെ മുമ്പിലെത്തിക്കാൻ അതുകൊണ്ട് എളുപ്പമായി. അയാളുടെ ചോദ്യംചെയ്യലിൽനിന്നും ഒരു കാര്യം വ്യക്തമായി. ശങ്കരന്റെ നിർദ്ദേശപ്രകാരമാണ് മറ്റുള്ളവർ തോട്ടത്തിൽ കയറിയതെന്ന്. ഉടനെ തൊഴിലാളികൾ ശങ്കരനെത്തേടി നടന്നു. ഒരു മരത്തിൽ ഒളിച്ചി

രുന്ന അവനെ പിടികൂടി മുതലാളിയുടെ മുന്നിലെത്തിച്ചു. തോട്ടം ആക്രമിച്ചതിനും മോഷണം ചെയ്തതിനും മാധവനും തിമ്മപ്പനും ചാട്ടവാറടി കിട്ടി. എന്നാൽ അതിന് അവർക്ക് പ്രേരണ നൽകിയ ശങ്കരനെ മരത്തിൽ കെട്ടിയിട്ട് ഇരുപത് ചാട്ടവാറടിയും നൽകി.

ശരീരമാസകലം അടിയുടെ പാടുകളുമായി ശങ്കരൻ വീട്ടിൽ പോകാൻ കഴിയാതെ കരഞ്ഞുകൊണ്ട് ഒരു ക്ഷേത്രത്തിനരികിൽ ഇരുന്നു. ചില പച്ചമരുന്നുകൾ ശേഖരിക്കാൻ ഇറങ്ങിയ രാരിച്ച നാണ് അവനെ കണ്ടെത്തിയത്. രാരിച്ചന്റെ വീട്ടിലെത്തിച്ച് അവ നുവേണ്ട പച്ചമരുന്നുകൾ തേച്ചുപിടിപ്പിച്ച് പായയിൽ കിടത്തിയ പ്പോഴാണ് കൂട്ടുകാർ കാര്യമറിഞ്ഞ് ഓടിയെത്തിയത്.

ശങ്കരനെ വിശറികൊണ്ട് വീശിക്കൊടുത്ത് രാരിച്ചൻ അവന് ഒരു കഥ പറഞ്ഞുകൊടുത്തു.

ഒരു കർഷകൻ വിതച്ച വിത്തുകളൊക്കെ പ്രാവുകൾ തിന്നു തീർത്തു. അയാൾക്ക് അതേറെ വിഷമമുണ്ടാക്കി. പിന്നേയും വിത്തി റക്കിയപ്പോൾ ഇതുതന്നെ അവസ്ഥ. ഒരു നിവൃത്തിയുമില്ലാതായ പ്പോൾ കൃഷിസ്ഥലത്ത് വലവച്ചു. വീട്ടിലെത്തി ഭക്ഷണം കഴിച്ച് വീണ്ടും പാടത്തെത്തിയപ്പോൾ കർഷകൻ അത്ഭുതപ്പെട്ടു. ധാരാളം പ്രാവുകൾ വലയിൽ കുടുങ്ങിക്കിടക്കുന്നു. കൂട്ടത്തിൽ ഒരു കൊക്കി നെയും കണ്ടു.

കൃഷിക്കാരനെ കണ്ടതും കൊറ്റി കരയാൻ തുടങ്ങി.

'കൃഷിക്കാരാ, നോക്കൂ ഞാൻ നിങ്ങളുടെ ഒരു വിത്തുപോലും തിന്നില്ല. അബദ്ധത്തിൽ ഇവിടെ എത്തിയതാണ്. അങ്ങനെ വല യിലുമായി. എന്നേയും കാത്ത് എന്റെ കുട്ടികൾ കൂട്ടിലിരിക്കുന്നു ണ്ട്. വിശന്ന് അവർ കരയുന്നുണ്ടാകും. അതുകൊണ്ട് ദയവായി എന്നെ വലയിൽനിന്നും മോചിപ്പിക്കണേ.'

അതുകേട്ട കൃഷിക്കാരൻ പറഞ്ഞു. 'നീ നല്ലവനായിരിക്കാം. എന്റെ കൃഷിയെ നശിപ്പിച്ചവരുടെ കൂടെയാണ് നിന്നേയും പിടി കൂടിയിരിക്കുന്നത്. നീ പറഞ്ഞത് സത്യമായിരിക്കാം. പക്ഷേ, എന്തു ചെയ്യാനാണ്. കുറ്റവാളികളായ പ്രാവുകൾക്കൊപ്പമാണ് നീയുമുണ്ടാ യിരുന്നത്. അതുകൊണ്ട് അവർക്ക് കൊടുക്കുന്ന ശിക്ഷയിൽനിന്നും നിനക്ക് മാത്രം രക്ഷപ്പെടാനാകില്ല.'

കഥ പറഞ്ഞുനിർത്തിയ രാരിച്ചൻ ശങ്കരനെ നോക്കി. അവൻ കരയുകയാണ്.

അവന്റെ പശ്ചാത്താപം കണ്ട് രാരിച്ചൻ പുഞ്ചിരിച്ചു.

പരദൂഷണം

ശങ്കരനും ഗോപുവും കേശവും നാണപ്പനും കൂട്ടുകാരായിട്ട് രണ്ടുവർഷം കഴിഞ്ഞിരിക്കുന്നു. ചില തെറ്റുകളൊക്കെ പരസ്പരം ചെയ്തുപോയിട്ടുണ്ട്. എന്നാൽ ഒരു പൊതു പ്രശ്നം വരുമ്പോൾ അവർ ആത്മമിത്രങ്ങളെപ്പോലെയാണ് പെരുമാറുക. അവരുടെ കൂട്ട് ആഗ്രഹിച്ചിട്ടും നടക്കാതെ പോയ ഒരു കുട്ടിയുണ്ടായിരുന്നു അവരുടെ നാട്ടിൽ. വിക്രമൻ എന്നായിരുന്നു അവന്റെ പേര്.

നാലുപേരുടെ ചങ്ങാത്തം അവനിഷ്ടമായിരുന്നില്ല. മാത്രമല്ല തന്നെ അവരുടെ കൂട്ടത്തിൽ പെടുത്തുന്നുമില്ല. അവന്റെ ഉള്ളിൽ ദേഷ്യം വർദ്ധിച്ചുവന്നു. ഒരുദിവസം അവൻ ശങ്കരന്റെ അടുത്തു വന്നു പറഞ്ഞു.

'എടാ ശങ്കരാ, നിന്റെ സുഹൃത്തുക്കൾ ഒരു സ്നേഹവും ഇല്ലാത്തവരാണെന്നാണ് എനിക്കു തോന്നുന്നത്.'

അമ്പരന്നുപോയെങ്കിലും ശങ്കരൻ പറഞ്ഞതിങ്ങനെയാണ്.

'നിനക്കെന്തറിയാം വിക്രമാ...അവരെന്റെ പ്രിയ ചങ്ങാതികളാണ്. എനിക്കൊരു സംശയവുമില്ല.'

വിക്രമൻ അടവൊന്നുമാറ്റി.

'ശങ്കരാ ഞാൻ പറയുന്നത് വിശ്വസിക്കൂ. ഞാനിന്നലെ വയലിൽനിന്നും കയറി പറമ്പിലൂടെ നടക്കുമ്പോഴാണ് മാവിൻചോട്ടിലിരുന്ന് ഗോപുവും കേശവും നാണപ്പനും സംസാരിക്കുന്നത് കേട്ടത്.'

'വിക്രമാ അവർ സംസാരിക്കുന്നതാണോ കുറ്റം. നീ പോയി വല്ല പണിയും ചെയ്യൂ.

വിക്രമന് നിരാശ തോന്നി. എന്നാലും അവസാനമായി ഒരു സൂത്രം കൂടി പ്രയോഗിക്കാമെന്ന് തീരുമാനിച്ചു.

'അവര് പറഞ്ഞതെന്താണെന്ന് കേൾക്കണ്ടേ...നീയൊരു കള്ള

നാണെന്നും ശേഖരഗൗഡരുടെ തല്ലുകൊണ്ടവനാണെന്നും കൂട്ടുകൂടാൻ യോഗ്യതയില്ലാത്തവനാണെന്നുമൊക്കെ പറഞ്ഞു.'

നടന്നുപോകാൻ ഭാവിച്ച ശങ്കരൻ പെട്ടെന്നവിടെ നിന്നുപോയി. വിക്രമനെ വിശ്വസിക്കാൻ കൊള്ളില്ല. പക്ഷേ താൻ കരിമ്പ് മോഷ്ടിക്കാൻ പോയ കാര്യം കൂട്ടുകാർക്ക് മാത്രമേ അറിയുകയുള്ളൂ. അതെങ്ങനെ വിക്രമനറിഞ്ഞു. അവന്റെ മനസ്സിൽ സങ്കടം നിറഞ്ഞു. അവൻ നേരെ പോയത് കൂട്ടുകാരുടെ അടുത്തേക്കാണ്.

'നിങ്ങളെ ഇനി ഞാനെങ്ങനെ വിശ്വസിക്കും? നിങ്ങളെന്നെ കള്ളനെന്നു പറഞ്ഞ് ഗൂഢാലോചന നടത്തിയില്ല...'

അതുകേട്ട് കൂട്ടുകാർ അമ്പരന്നു. ഞങ്ങൾ അങ്ങനെയൊന്നും ചെയ്തിട്ടില്ലെന്ന് പറഞ്ഞിട്ടും ശങ്കരൻ വിശ്വസിച്ചില്ല. അങ്ങോട്ടുമിങ്ങോട്ടും വാക്കേറ്റമായി. തടയാൻ ശ്രമിച്ച നാണപ്പനെ തല്ലിയിട്ട് ശങ്കരൻ അവിടെനിന്നും ഓടിപ്പോയി.

കുറച്ചുദിവസമായി കുട്ടികളാരും രാരിച്ചന്റെ സമീപത്തേക്ക് ചെല്ലാറില്ല. അതെന്തുകൊണ്ടാണെന്ന് മനസ്സിലാക്കാൻ അദ്ദേഹം ഇറങ്ങിപ്പുറപ്പെട്ടു. കേശുവിനെയാണ് ആദ്യം കണ്ടത്.

അവൻ നടന്നകാര്യമെല്ലാം രാരിച്ചനോട് പറഞ്ഞു.

'രാരിച്ചാ എല്ലാവരും തമ്മിൽ പിണക്കമാണ്. ഇനിയെന്താണ് ചെയ്യുക?'

രാരിച്ചൻ എല്ലാവരെയും ചെന്നു കണ്ടു. അവരെയും കൂട്ടി വിക്രമന്റെവീട്ടിലെത്തി. അവരെ കണ്ട് അവൻ പുറകിലുള്ള വാതിലിലൂടെ രക്ഷപ്പെടാൻ ശ്രമിച്ചു. കേശുവും ഗോപുവും അവനെ പിടിച്ച് രാരിച്ചന്റെ അടുത്തുനിർത്തി. രാരിച്ചൻ അവരുടെ കണ്ണുകളിലേക്ക് നോക്കിക്കൊണ്ടു പറഞ്ഞു.

'സുഹൃത്തുക്കളാണ് നമ്മുടെ ഏറ്റവും വലിയ ശക്തി. ജീവിക്കാൻ അവർ തരുന്ന പിന്തുണ വലുതാണ്.'

ഒരുനിമിഷം കണ്ണടച്ചിരുന്നിട്ട് വീണ്ടും പറയാൻ തുടങ്ങി.

'ഉറ്റ ചങ്ങാതിമാരായി മൂന്ന് കാളകളുണ്ടായിരുന്നു. അവരെന്നും ഒരുമയോടെ മലയോരത്ത് മേഞ്ഞുനടന്നു. എല്ലാദിവസവും ഒരു സിംഹം ഇത് ശ്രദ്ധിക്കുന്നുണ്ടായിരുന്നു. ഒരുദിവസം ഒരു കാളയുടെ പുറത്ത് അത് ചാടിവീണതാണ്. പക്ഷേ മറ്റ് രണ്ട് കാളകൾ മിന്നൽവേഗത്തിൽ കൊമ്പു കാണിച്ച് അവിടേക്ക് കുതിച്ചുവന്നപ്പോൾ സിംഹം ജീവനുംകൊണ്ട് പാഞ്ഞുപോയി.'

'കരുത്തരായ കാളകളുടെ കൊമ്പുകളാണ് സിംഹത്തെ ഭയപ്പെടുത്തിയത്. ഏതു വശത്തിലൂടെ ആക്രമിക്കാൻ ശ്രമിച്ചിട്ടും സിംഹ

ത്തിന് ജയിക്കാൻ കഴിഞ്ഞില്ല. അത് തോറ്റോടി. എല്ലാ ദിവസവും ഇതുതന്നെ ആവർത്തിച്ചു. പിന്നീട് സിംഹം അടവുമാറ്റി.

തന്റെ സുഹൃത്തായ കുറുക്കനെ വിളിച്ച് കാര്യം പറഞ്ഞു.

'ഞാൻ നിനക്ക് നല്ല കാളയിറച്ചി തരാം. ഇവിടെ മേയാൻ വരുന്ന ചുട്ടിയുള്ള കാളയോട് പറയണം, മറ്റേ രണ്ടുകാളകളും നിന്നെക്കുറിച്ച് മോശം കാര്യങ്ങളാണ് സംസാരിക്കുന്നത് എന്ന്. അതുപോലെതന്നെ മറ്റ് രണ്ടു കാളകളോടു പറയണം ചുട്ടിയുള്ള കാള നിങ്ങളെക്കൊണ്ട് മോശം പറന്നുണ്ടെന്ന്.'

കാളയിറച്ചിയെക്കുറിച്ച് ഓർത്ത് കുറുക്കൻ പരദൂഷണം പറയുകയും ചെയ്തു. ചുട്ടിയുള്ള കാള തന്റെ കൂട്ടുകാരോട് പിണങ്ങി മലയടിവാരത്തിലൂടെ ഒഴിഞ്ഞ പ്രദേശത്ത് മേയാൻ തുടങ്ങി. ഒറ്റയ്ക്ക് കിട്ടിയ ആ കാളയെ സിംഹം വകവരുത്തി ശാപ്പാടാക്കി. കുറുക്കനും അതിൽ ഒരോഹരി കൊടുത്തു.

തൊട്ടടുത്ത ദിവസങ്ങളിൽ മറ്റേ രണ്ടുകാളകളേയും തമ്മിൽ തെറ്റിക്കാൻ കുറുക്കനു സാധിച്ചു.അത്രയ്ക്കും ശക്തമായിരുന്നു കുറുക്കന്റെ പരദൂഷണം. അങ്ങനെ ആ രണ്ടു കാളകളേയും വക വരുത്താൻ സിംഹത്തിനു സാധിച്ചു.'

രാരിച്ചൻ കഥ നിർത്തി മിണ്ടാതിരുന്നു.

ശങ്കരന് കഥയുടെ പൊരുൾ മനസ്സിലായി. അവൻ രാരിച്ചന്റെ കാൽക്കൽ വീണ് മാപ്പുപറഞ്ഞു.

തെറ്റ് ചെയ്ത വിക്രമൻ കരയുന്നതു കണ്ട് അവനെയും ആശ്വസിപ്പിച്ചാണ് രാരിച്ചൻ മടങ്ങിപ്പോയത്.

അഭയം നൽകിയ ഇലകൾ

വിക്രമനും കേശുവും തമ്മിൽ ഇടവഴിയിൽവച്ചാണ് വഴക്ക് ആരംഭിച്ചത്. വിക്രമൻ വീട്ടിലുണ്ടാക്കിവച്ച പക്ഷിക്കൂടിന്റെ വാതിലുകൾ കേശു ഇളക്കിമാറ്റിയിരിക്കുന്നു. അതിൽനിന്ന് രണ്ട് പക്ഷികളും പറന്നുപോവാൻ കാരണം കേശുതന്നെയാണെന്ന് പറഞ്ഞായിരുന്നു ബഹളം തുടങ്ങിയത്. എന്നാൽ അത് സമ്മതിച്ചുകൊടുക്കാൻ കേശു തയ്യാറായില്ല. വിക്രമന്റെ കിളിക്കൂട് കാണാൻ താൻ പോയിരുന്നു എന്നത് ശരിയാണെന്നും അതിന്റെ വാതിൽ താൻ പൊളിച്ചിട്ടേയില്ലെന്നും കേശു വാദിച്ചു.

വാദപ്രതിവാദങ്ങൾക്കൊടുവിൽ വിക്രമൻ കേശുവിനെ തല്ലി. തല്ലും കഴുത്ത് പിടിക്കലും കൈപിടിച്ച് തിരിക്കലും ഒക്കെയായി മാറി. രക്ഷയില്ലാതെ കേശു ഓടിമറഞ്ഞു. പിന്നാലെ ഓടിയ വിക്രമൻ ഒരു മരത്തിന്റെ വേരിൽ തട്ടിവീണുപോയി. കേശു ഓടിച്ചെന്നത് രാരിച്ചന്റെ വീട്ടിലായിരുന്നു. കോലായിലിരുന്ന് എന്തോ കണക്കുകൾ കൂട്ടി നോക്കുകയായിരുന്നു രാരിച്ചൻ. ഓടിക്കിതച്ചുവന്ന കേശു അകത്തുകയറി വാതിലടച്ചു.

എന്താണ് സംഭവിക്കുന്നതെന്ന് അറിയാതെ അമ്പരന്നുപോയ രാരിച്ചൻ വാതിലിൽ മുട്ടിവിളിച്ചു.

'രാരിച്ചാ...വിക്രമൻ എന്നെ തല്ലാൻ വരുന്നു. ഞാനിവിടെ വന്നിട്ടുമില്ല. നിങ്ങളെന്നെ കണ്ടിട്ടുമില്ലെന്ന് അവനോട് പറഞ്ഞാൽ മതി.'

ശ്വാസതടസ്സത്തോടെ കേശു പറഞ്ഞൊപ്പിച്ചു. രാരിച്ചൻ പുഞ്ചിരിച്ചു. എന്തോ വലിയ പ്രശ്നമുണ്ടായിരിക്കുന്നു. ജീവൻ രക്ഷിക്കാനുള്ള ഓട്ടമാണ് ഇവൻ നടത്തിയിരിക്കുന്നത്.

'ശരിക്കും എന്താണ് കേശൂ സംഭവിച്ചത്?'

കേശു കുറെനേരം മിണ്ടിയില്ല. രാരിച്ചന്റെ നിർബന്ധം സഹിക്കാനാകാതെ നടന്ന കാര്യങ്ങളൊക്കെ പറഞ്ഞു.

Smitha

'രാരിച്ചാ ഞാൻ തെറ്റൊന്നും ചെയ്തിട്ടില്ല. പക്ഷേ, അവൻ കുറ്റക്കാരനാക്കുകയാണ്.'

പിന്നെ രാരിച്ചൻ ഒന്നും ചോദിച്ചില്ല. പുറത്തേക്ക് വന്ന് വരാന്തയിലിരുന്ന് പഴയപോലെ കണക്കുകൾ നോക്കിക്കൊണ്ടിരുന്നു.

കുറച്ചുസമയം കഴിഞ്ഞപ്പോൾ വിക്രമൻ പൊളിഞ്ഞ കൂടുമായി രാരിച്ചന്റെ വീട്ടിലേക്ക് വന്നു.

'എന്താ വിക്രമാ?'

രാരിച്ചന്റെ ചോദ്യംകേട്ടപ്പോൾ കണ്ണീരോടെ തന്റെ രണ്ട് കിളികൾ നഷ്ടപ്പെട്ടതും കൂട് പൊളിഞ്ഞതും അതിന്റെ കാരണം കേശുവാണെന്നും അവൻ പറഞ്ഞു.

രാരിച്ചൻ കൂട് പരിശോധിച്ചു. ശരിയാണ്. അതിന്റെ കമ്പികളൊക്കെ വളച്ചൊടിച്ചിരിക്കുന്നു. എന്തിനാണ് കേശു അങ്ങനെ ചെയ്തത് എന്ന് ആലോചിച്ചുകൊണ്ടാണ് രാരിച്ചൻ വിക്രമനോട് ഒരു ചോദ്യം ചോദിച്ചത്. 'വിക്രമാ കേശുവിന് നിന്നോട് ശത്രുത തോന്നാനെന്താണ് കാരണം?'

കുറേ ആലോചിച്ചശേഷം വിക്രമൻ പറഞ്ഞതിങ്ങനെയാണ്.

'ഞാൻ കുറച്ചു മത്സ്യക്കുഞ്ഞുങ്ങളെ വളർത്തിയിരുന്നു. അതിൽ നിന്നും രണ്ടെണ്ണം കേശു ചോദിച്ചിരുന്നു. ഞാൻ കൊടുത്തില്ല. ഞാൻ പൈസ കൊടുത്തുവാങ്ങിയത് വെറുതെ കൊടുക്കാൻ പറ്റുമോ..കിളികളെ വാങ്ങിയപ്പോഴും അവൻ അതിനേയും ആവശ്യപ്പെട്ടു. ഞാൻ കൊടുത്തില്ല. അതുകൊണ്ട് ആരുമില്ലാത്ത നേരം വന്ന് കിളിക്കൂട് പൊളിച്ചതാ.'

എല്ലാംകേട്ടശേഷം രാരിച്ചൻ വിക്രമനോട് കോലായിൽ കയറി ഇരിക്കാൻ പറഞ്ഞു.

'വിക്രമാ...കേശു തന്നെയാണത് ചെയ്തത്. അല്ലെങ്കിൽ നിന്നെ തല്ലി ഓടില്ലല്ലോ. മാത്രമല്ല ഭീരുവിനെപ്പോലെ ഒളിച്ചിരിക്കില്ലല്ലോ.'

അതുകേട്ടതും അകത്തുനിന്നും കേശു ഉറക്കെ വിളിച്ചു പറഞ്ഞു.

'രാരിച്ചാ വിക്രമനാണ് നൊണയൻ.'

ഉറക്കെയുള്ള കേശുവിന്റെ ശബ്ദം കേട്ട് വിക്രമൻ അമ്പരന്നു. അപ്പോൾ ഇവിടെ ഒളിച്ചിരിക്കുകയാണ് കക്ഷി.

'കേശൂ...പുറത്തേക്ക് വന്നാട്ടെ. ഒക്കെ മനസ്സിലായി.'

രാരിച്ചൻ അവനെ വിളിച്ചു.

അവൻ അപമാനഭാരത്തോടെ കോലായിലേക്കു വന്നു.

'നോക്കൂ കുട്ടികളേ, ഒരു കാടിനടുത്ത് ഒരു കാട്ടാട് താമസിച്ചിരുന്നു. ഒരിക്കൽ ദൂരെനിന്നും ഒരു ബഹളം കേട്ട് കാട്ടാട് അമ്പര

ക്കുകയും അത് നായാട്ടുകാരാണെന്ന് തിരിച്ചറിയുകയും ചെയ്തു. അവൻ ഓടി ഒരു മുന്തിരിത്തോട്ടത്തിലെത്തി. രക്ഷപ്പെടാൻ വേറൊരു മാർഗ്ഗവും കാണാതിരുന്നപ്പോൾ മുന്തിരിവള്ളിപ്പടർപ്പുകൾക്കിടയിൽ ഒളിച്ചിരുന്നു. ആട് പോയ വഴിയറിയാതെ നായാട്ടുകാർ വിഷമിച്ചു. എങ്ങും അനക്കം കാണുന്നില്ല. അത് രക്ഷപ്പെട്ടു എന്നു കരുതി അവർ മടക്കയാത്ര ആരംഭിച്ചു.

ഇനി ഭയപ്പെടാനില്ലെന്നു കരുതി ആട് ദീർഘമായി നിശ്വസിച്ചു. പിന്നീട് തനിക്ക് മറയായി നിന്ന വള്ളിപ്പടർപ്പിലെ ഇലകൾ തിന്നുതുടങ്ങുകയും ചെയ്തു.

നന്നേ വിശപ്പുണ്ടായിരുന്നതുകൊണ്ട് വേഗത്തിലായിരുന്നു തീറ്റ.

നായാട്ടുകാർ അധികദൂരം എത്തിയിരുന്നില്ല.

ശബ്ദം കേട്ട് ഒരാൾ തിരിഞ്ഞുനോക്കി. അതാ വള്ളിപ്പടർപ്പിനിടയിൽ ആട് ഇല തിന്നുന്നു. അയാൾ ഉന്നംപിടിച്ച് അമ്പെയ്തു.

അതോടെ ആടിന്റെ കഥ കഴിഞ്ഞു.

കേശു ഒളിച്ചിരിക്കാൻ നുണ പറഞ്ഞു. എന്റെ വിശ്വാസത്തെയാണവൻ ഇല്ലാതാക്കിയത്.

ഇപ്പോൾ അവന്റെ നുണ എല്ലാർക്കും ബോധ്യപ്പെട്ടു.

കേശു തലതാഴ്ത്തി നിന്നു. രാരിച്ചനെ കെട്ടിപ്പിടിച്ച് തേങ്ങിക്കരഞ്ഞു.

അതുകണ്ടപ്പോൾ വിക്രമൻ അവനെ ആശ്വസിപ്പിച്ചു.

സുഗന്ധം

പള്ളിക്കൂടത്തിലും നന്നേ വികൃതിയായിരുന്നു വിക്രമൻ. അദ്ധ്യാപകൻ പറയുന്നതിലൊന്നും അവന് ശ്രദ്ധയുണ്ടായിരുന്നില്ല. എപ്പോഴും കളിക്കാനും ഭക്ഷണം കഴിക്കാനുമുള്ള താല്പര്യമേയുള്ളു. കൂട്ടുകാരുമായി കളിക്കുമ്പോൾ അവന് ജയിക്കാൻ കഴിഞ്ഞില്ലെങ്കിൽ പെട്ടെന്ന് ദേഷ്യം വരും. അതുകൊണ്ടുതന്നെ വിക്രമനെ കളിക്കുകൂട്ടുവാൻ കൂട്ടുകാർക്ക് ഇഷ്ടമുണ്ടായിരുന്നില്ല. പക്ഷേ, അവൻ കൂട്ടത്തിലേക്ക് വരുമ്പോൾ ഒന്നും പറയാറില്ലെന്നുമാത്രം.

അമ്മയോടും അച്ഛനോടും വഴക്കടിക്കുന്ന കാര്യത്തിലും അവൻ മുന്നിലായിരുന്നു. ജ്യേഷ്ഠനുമായി തല്ലുകൂടുമ്പോൾ അച്ഛന്റെ അടി വിക്രമനാണ് കിട്ടുക.

'ഇവന്റെ കുറുമ്പ് എപ്പോഴാണാവോ തീരുക. മനസ്സമാധാനം തരാത്ത ചെക്കൻ...

അവന്റമ്മയ്ക്ക് എന്നും പരാതിയാണ്.

ഇപ്പോൾ രാരിച്ചന്റെ വീട്ടിലേക്ക് പോയിത്തുടങ്ങിയപ്പോഴാണ് ചെറിയ മാറ്റമൊക്കെ വന്നത്.

ഒരുദിവസം ക്ലാസിൽ മഹാഭാരതകഥ പറയുകയായിരുന്നു ടീച്ചർ. കഥയുടെ ഓരോ ഭാഗം കഴിയുമ്പോഴും ടീച്ചർ നിർത്തും. അപ്പോൾ ചാടിയെണീറ്റ് ബാക്കി കഥ പറയുന്നത് വിക്രമനായിരിക്കും.

കൂട്ടുകാരൊക്കെ അമ്പരക്കും.

ഇവന് ഈ കഥയൊക്കെ ആരാണ് പറഞ്ഞുകൊടുത്തത്?

അവർക്ക് ഒരെത്തുംപിടിയും കിട്ടിയില്ല.

പരീക്ഷ കഴിഞ്ഞപ്പോൾ വിക്രമന്റെ നിലവാരം ഉയർന്നതായി അദ്ധ്യാപിക ഉറക്കെ പറഞ്ഞു. അതുകേട്ട് ഒരല്പം അഭിമാനം അവന് തോന്നുകയും ചെയ്തു.

വിക്രമന്റെ സ്വഭാവത്തിലെന്താണ് ഇത്രയും മാറ്റമുണ്ടായതെന്ന

റിയാൻ കേശുവും ഗോപുവും ശങ്കരനും പല അടവുകളും നോക്കി. അവൻ കൂടുതൽ നേരം പഠിക്കുന്നുണ്ടോ എന്നറിയാൻ ശങ്കരൻ അവന്റെ വീട്ടുപരിസരങ്ങളിൽ കറങ്ങിനടന്നു. അവന്റെ വീട്ടിൽ വന്ന് മറ്റാരെങ്കിലും പഠിപ്പിക്കുന്നുണ്ടോ എന്ന് നിരീക്ഷിക്കാനും മറന്നില്ല. പക്ഷെ ഒരു തുമ്പും കിട്ടിയില്ല.

സ്കൂൾ വിട്ടുകഴിഞ്ഞാൽ എല്ലാവരേയും പോലെ രാരിച്ചന്റെ വീട്ടിൽ ഒത്തുകൂടും. അവധിദിവസങ്ങളിൽ കൂട്ടുകാരോടൊത്ത് കളിക്കുകയും ചെയ്യും.

ഒരുദിവസം കേശുവാണ് രാരിച്ചനോട് വിക്രമൻ അടിമുടി മാറിപ്പോയ കാര്യം പറഞ്ഞത്. അന്ന് വിക്രമൻ അവിടെ എത്തിയിരുന്നില്ല.

'അവൻ അദ്ധ്യാപകൻ ചോദിക്കുന്നതിനൊക്കെ ഉത്തരം പറയുന്നുണ്ട് രാരിച്ചാ. അവനിപ്പോൾ മിടുക്കനാണെന്നാണ് ടീച്ചർ പറയുന്നത്.'

എല്ലാം കേട്ടുകഴിഞ്ഞപ്പോൾ രാരിച്ചൻ ഉറക്കെ ചിരിച്ചു.

'അവൻ നന്നാവട്ടെ. അങ്ങനെയല്ലേവേണ്ടത്? തമ്മിൽത്തല്ലി ബഹളമുണ്ടാക്കുന്നവനാണ് എന്നായിരുന്നല്ലോ നിങ്ങളുടെ പരാതി.'

രാരിച്ചൻ ഈ കാര്യം നിസ്സാരമാക്കി കളഞ്ഞതിൽ കേശുവിനും ശങ്കരനും ഗോപുവിനും സങ്കടം തോന്നി. എങ്കിലും അവരൊന്നും പറഞ്ഞില്ല.

രാരിച്ചന് അവരുടെ മൗനത്തിന്റെ അർത്ഥം മനസ്സിലായി.

'നോക്കൂ കുട്ടികളേ...ഒരിക്കൽ ഒരു നാട്ടുമ്പുറത്തുകാരൻ വയൽ വരമ്പിലൂടെ നടക്കുകയായിരുന്നു. വയൽ അവസാനിക്കുന്നിടത്ത് എത്തിയപ്പോൾ അയാൾ നിന്നു. കാരണമെന്താണെന്നോ, പെട്ടെന്ന് നല്ലൊരു സുഗന്ധം അയാൾക്ക് അനുഭവപ്പെട്ടു. എവിടെയാണ് മരമോ ചെടിയോ പൂത്തിരിക്കുന്നതെന്നറിയാൻ അയാൾ ചുറ്റും നോക്കി. പക്ഷേ അവിടെയൊന്നും പൂത്ത ചെടികളെ കണ്ടില്ല. ഇതെന്തുകഥയെന്നോർത്ത് അയാൾ നടക്കാൻ ആരംഭിച്ചപ്പോഴാണ് അടുത്തുതന്നെ കുഴഞ്ഞുമറിഞ്ഞു കിടക്കുന്ന മണ്ണ് ശ്രദ്ധയിൽപ്പെട്ടത്. തൊട്ടടുത്താണ് സുഗന്ധമുള്ളതെന്ന് അയാൾക്ക് ബോധ്യമായി. അയാൾ അല്പം മണ്ണെടുത്തു മണപ്പിച്ചുനോക്കി.

'ഹോ! എത്ര നല്ല സുഗന്ധം.'

അയാൾ അത്ഭുതത്തോടെ മണ്ണിനോട് ചോദിച്ചു.

'ഈ സുഗന്ധം നിനക്കെങ്ങനെ കിട്ടി?'

മണ്ണ് സന്തോഷത്തോടെ പറഞ്ഞു.

'ഇത്രയുംനാൾ ഞാൻ പനിനീർപ്പൂക്കളുടെ താഴെയാണ് കിടന്നത്. ഇപ്പോഴാണിവിടെ എത്തിയത്.'

കഥ നിർത്തിയിട്ട് രാരിച്ചൻ കുട്ടികളെ നോക്കി.

'കുട്ടികളേ...ആരുടെയൊക്കെ കൂട്ടുകൂടുന്നുവോ അവരുടെ നല്ലതും ചീത്തയുമായ ഗുണങ്ങൾ നമുക്കു കിട്ടും. വിക്രമൻ ഇപ്പോൾ നമ്മുടെ കൂടെ കൂടിയതിനാലാണ് നല്ല ഗുണം അവനിൽ വന്നത്. നിങ്ങളെപ്പോലെ.'

കുട്ടികൾ സംതൃപ്തിയോടെ ചിരിച്ചു.

അവനവന്റെ ശത്രുക്കൾ

സ്കൂളിന്റെ മൈതാനത്തുവച്ച് കബഡി കളിച്ചുകൊണ്ടിരിക്കുക യായിരുന്നു കുട്ടികൾ. കേശവും വിക്രമും ഗോപുവും മാധവനും ശങ്കരനുമൊക്കെയുണ്ടായിരുന്നു രണ്ടു ടീമുകളിലായിട്ട്. കളി ഗംഭീ രമായി നടന്നുകൊണ്ടിരിക്കുകയായിരുന്നു. ഇടയ്ക്ക് ഒരു ഗ്രൂപ്പിലെ കുട്ടി കള്ളക്കളി കാണിച്ചപ്പോൾ മറ്റേ ഗ്രൂപ്പുകാർക്ക് ദേഷ്യം വന്നു. കളി ശരിയല്ലെന്നും പറഞ്ഞ് രണ്ടു ഭാഗക്കാരും തർക്കമായി.

തർക്കം വർദ്ധിച്ച് വർദ്ധിച്ച് തമ്മിൽ തല്ലുമായി തല്ലു കിട്ടിയത് അവരുടെ കൂട്ടത്തിൽ കുറച്ച് വലുപ്പമുള്ള മുരുകനായിരുന്നു. അവന് ദേഷ്യംവന്നാൽ കണ്ണുകാണില്ല. അവൻ എതിർപക്ഷത്തേക്ക് പാ ഞ്ഞുകയറി. കുറേപ്പേരെ തല്ലിച്ചതച്ചു. സംഭവമാകെ കൈവിട്ടുപോ യി. പലകുട്ടികളും പേടിച്ച് വീട്ടിലേക്കോടി. സ്കൂൾ വിട്ടതിനുശേ ഷമായതുകൊണ്ട് കളിക്കുന്ന കുട്ടികളും കളി കാണുന്ന കുറച്ചു പേരും മാത്രമേ ഉണ്ടായിരുന്നുള്ളൂ.

ഗോപുവും വിക്രമനും മുരുകന്റെ പക്ഷത്തായിരുന്നു. മറുപക്ഷ ത്താ

യിരുന്നു കേശവും മാധവനും ശങ്കരനും. എന്തായാലും രണ്ടു പക്ഷക്കാരേയും വലിയ ശത്രുക്കളാക്കാൻ അതു കാരണമായി.

പിന്നീടുള്ള ഒരാഴ്ച ഓണാവധിയായിരുന്നു. ഒരുദിവസം അമ്പ ലപ്പറമ്പിൽ കുട്ടികൾ ഗോട്ടി കളിച്ചുകൊണ്ടിരിക്കുകയായിരുന്നു. കേശുവും അവന്റെ ചങ്ങാതികളായ അഞ്ചാറുപേരും ഉണ്ടായിരു ന്നു. അവർ കളിക്കുന്നതും നോക്കി മരത്തിന്റെ മറവിൽ ഒളിച്ചിരി ക്കുകയായിരുന്നു മുരുകൻ. തന്റെ ശത്രുക്കളെ തല്ലാനായി വന്ന തായിരുന്നു അവൻ. അവനവിടെ പതുങ്ങിയിരിക്കുന്നത് നേരം വൈകി വരികയായിരുന്ന ഗോപു കണ്ടു.

'മുരുകാ നീയെന്താ ഇവിടെ?'

ഗോപു ഒരല്പം ഭയത്തോടെ ചോദിച്ചു. മുരുകന്റെ സ്വഭാവമെല്ലാം അവനറിയാവുന്നതാണ്.

'ഏയ് ഞാനവരുടെ കളി നോക്കുന്നതാണ് ഗോപൂ.'

'എന്നാൽ വരൂ. നമുക്കങ്ങോട്ടു പോകാം.'

'വേണ്ട. ഒരു കാര്യം ചോദിക്കട്ടെ ഗോപൂ. അന്ന് തല്ല് നടന്ന ദിവസം എന്നെ തല്ലിയത് അവരിൽ ആരെല്ലാമായിരുന്നു.'

മുരുകന്റെ ചോദ്യം കേട്ടപ്പോൾത്തന്നെ ഗോപുവിന് കാര്യം മനസ്സിലായി. അവൻ മനസ്സുകൊണ്ട് സന്തോഷിച്ചു. കാരണം ശങ്കരനും കേശവും തന്നെ പലപ്പോഴായി പുച്ഛിക്കാറുണ്ട്. മാത്രമല്ല എലുമ്പൻ എന്നു വിളിച്ച് കളിയാക്കുകയും തന്റെ അച്ഛൻ കള്ളുകുടിക്കുന്ന കാര്യം പറഞ്ഞ് കള്ളൂടിയൻ വാസൂന്റെ മോനേ എന്ന് നീട്ടിവിളിക്കുകയും ചെയ്യാറുണ്ടായിരുന്നു. എന്തായാലും മുരുകൻ അവർക്ക് രണ്ടു കൊടുത്താൽ തനിക്ക് സമാധാനം കിട്ടുമല്ലോ എന്നോർത്തുകൊണ്ട് അവൻ മുരുകനോട് മെല്ലെ പറഞ്ഞു.

'ആ കള്ളിഷർട്ടുകാരൻ കേശു, ആ നീലഷർട്ടുകാരൻ ശങ്കരൻ. അവരാണാദ്യം നിന്നെ തല്ലിയത്.'

ഗോപു അത്രയും പറഞ്ഞതേയുള്ളൂ.

മുരുകൻ അവരുടെ ഇടയിലേക്ക് പാഞ്ഞുകയറി അടി തുടങ്ങിയിരുന്നു. ഓർക്കാപ്പുറത്തുള്ള അടിയേറ്റ് രണ്ടുപേരും വീണുപോയിരുന്നു. അവരെ അടിച്ചതിൽ സന്തോഷിച്ചു നിൽക്കുമ്പോഴാണ് മുരുകൻ ഓടി ഗോപുവിന്റെ അടുത്ത് വന്നത്. ദേഷ്യം തീരുന്നതുവരെ ഗോപുവിനെയും തല്ലി.

'നീയും അവരുടെ കൂട്ടുകാരനല്ലേ. അക്കൂട്ടത്തിൽ നിനക്കുമിരിക്കട്ടെ.' എന്നുപറഞ്ഞായിരുന്നു ഇടി.

ഗോപുവിന്റെയും കൂട്ടുകാരുടെയും നിലവിളികേട്ട് തൊട്ടടുത്തുള്ളവർ ഓടിവന്ന് കാര്യമന്വേഷിച്ചു.

രണ്ടുദിവസത്തേക്ക് അനങ്ങാൻ പറ്റാതെ അവർ വീട്ടിലിരുന്നു. കുട്ടികളെ കാണാതെ രാരിച്ചൻ ഗോപുവിന്റെ വീട്ടിലെത്തി കാര്യങ്ങൾ അന്വേഷിച്ചപ്പോഴാണ് സംഭവമറിയുന്നത്. രാരിച്ചൻ വന്നതറിഞ്ഞ് കേശുവും ശങ്കരനും പതുക്കെ ഗോപുവിന്റെ വീട്ടിലേക്കു വന്നു.

'രാരിച്ചാ...മുരുകൻ വല്യ ക്ലാസിലെ കുട്ടിയാണ്. അവന് ഞങ്ങളെ പരിചയമൊന്നുമില്ല. അന്ന് കബഡി കളിച്ചത് മാത്രമേയുള്ളു. പിന്നെങ്ങനെ നമ്മളുടെ പേരു വിളിച്ച് തല്ലിയത്?'

കേശു അങ്ങനെ പറഞ്ഞപ്പോൾ ശങ്കരനും തലയാട്ടി.

പക്ഷേ ഗോപു ഒന്നുംമിണ്ടിയില്ല.

അവന്റെ മുഖത്ത് വെപ്രാളം നിറഞ്ഞു. അതുകണ്ടപ്പോൾ രാരിച്ചന് സംശയം തോന്നി. ഇവനായിരിക്കുമോ പറഞ്ഞുകൊടുത്തത്. പക്ഷേ ഇവനും കിട്ടിയല്ലോ ഇടി.'

അപ്പോഴാണ് രാരിച്ചന്റെ മനസ്സിൽ ഒരു കഥ തോന്നിയത്.

'ഇതിപ്പോൾ കാട്ടിലെ മരങ്ങളുടെ അവസ്ഥയാണല്ലോ നിങ്ങൾക്ക്.'

'ഏത് കാട്...ഏതു മരം?' ശങ്കരൻ അത്ഭുതത്തോടെ ചോദിച്ചപ്പോൾ രാരിച്ചൻ കഥ പറയാൻ തുടങ്ങി.

ഒരു മഴു പണിയിച്ചെടുത്തു വരികയായിരുന്നു ഒരു മനുഷ്യൻ. കാടിന്റെ സമീപത്തുകൂടി നടന്നു വരുമ്പോൾ അയാൾ ആലോചിച്ചു. തന്റെ ഈ മഴുവിന് ഒരു പിടി വേണമല്ലോ. പിടിയില്ലാത്ത മഴുവിനെക്കൊണ്ട് എന്തുപകാരം. അങ്ങനെ ചിന്തിച്ച് ദുഃഖിച്ച് ഒരു മരത്തണലിലിരുന്നു.

ഇതൊക്കെ കണ്ട കാട്ടിലെ മരങ്ങൾ പരസ്പരം പറഞ്ഞു.

'ഇത് നമ്മുടെ വീടാണ്. ഇവിടേക്ക് വന്ന മനുഷ്യൻ ദുഃഖിച്ചിരിക്കുന്നതെന്തിനാണാവോ? നമുക്ക് ചോദിക്കാം.'

അങ്ങനെ ചന്ദനമരം അയാളോട് കാര്യം തിരക്കി. അപ്പോൾ അയാൾ സങ്കടത്തോടെ ഇങ്ങനെ പറഞ്ഞു. 'കണ്ടില്ലേ ഈ മഴുവിന് പറ്റിയ ഒരു പിടിയില്ലാതെ ഇതിനെക്കൊണ്ടെന്തു ഗുണമാണുള്ളത്. ഒരു പിടി കിട്ടിയാൽ നന്നായിരുന്നു.'

മരങ്ങൾ പരസ്പരം ചെറിയ ശബ്ദത്തിൽ സംസാരിച്ചു. അവർക്ക് ഒരു പിടിക്കുള്ള കൊമ്പ് കൊടുക്കാൻ ഇഷ്ടമല്ലായിരുന്നു. പക്ഷേ അവർ ദൂരെയുള്ള ഓക്കുമരത്തെ ചൂണ്ടിക്കാട്ടിയിട്ട് പറഞ്ഞു. 'അതിൽനിന്നും ഒരു കൊമ്പ് വെട്ടിക്കോളൂ.'

സമ്മതം കിട്ടിയ ഉടനെ അയാൾ കൊമ്പുവെട്ടി മഴുവിന് പിടിയുണ്ടാക്കി. അപ്പോൾ അയാൾക്ക് കോടാലിയുടെ ബലം പരീക്ഷിക്കണമെന്ന് തോന്നി. അയാൾ പിടിക്ക് കൊമ്പു നൽകിയ മരത്തിന്റെ കടയ്ക്കൽതന്നെ വെട്ടി വീഴ്ത്തി. അപ്പോൾ അയാൾക്ക് വലിയ സന്തോഷമായി. മരം അയാൾ കൊണ്ടുപോവുകയും ചെയ്തു.

പിറ്റേന്നുമുതൽ അയാൾ കോടാലിയുമായി വന്ന് ഓരോ മരം വെട്ടിത്തുടങ്ങി.

അങ്ങനെ വെട്ടിയിട്ട മരങ്ങൾ സങ്കടത്തോടെ പിറുപിറുക്കാൻ തുടങ്ങി.

'അന്നിയാൾക്ക് മഴുവിന്റെ പിടിക്ക് ഓക്കുമരത്തെ ചൂണ്ടിക്കാട്ടി

Smitha

യതാണ് ഏറ്റവും വലിയ തെറ്റ്. നമ്മുടെ കൂട്ടത്തിലുള്ള ഒരാളെ ഒറ്റിക്കൊടുത്തപ്പോൾ അത് നമ്മൾക്കുതന്നെ ആപത്തായി.'

രാരിച്ചൻ കഥ പറഞ്ഞുനിർത്തിയിട്ട് മിണ്ടാതിരുന്നു.

കേശുവിനും ശങ്കരനും ഈ കഥ പറഞ്ഞതെന്തിനാണെന്ന് മനസ്സിലായില്ല. പക്ഷേ, കാര്യം മനസ്സിലായ ഗോപു തേങ്ങിത്തേങ്ങി കരഞ്ഞു.

അപ്പോൾ രാരിച്ചൻ പറഞ്ഞു.

'ഒരു കുടുംബത്തിലും ഒരു കൂട്ടുകെട്ടിലും വിള്ളൽ വീഴ്ത്തുന്നവന് ശിക്ഷ ദൈവം കൊടുക്കും.'

അപ്പോഴാണ് കേശുവിനും ശങ്കരനും കാര്യം വ്യക്തമായത്.

നേതാവ്

മാവിൻചുവട്ടിലെ കളികൾക്കിടയിൽ ഗോപുവാണ് പറഞ്ഞത്.

'നമ്മളിൽ ആർക്കാണ് ഏറ്റവും കൂടുതൽ ശക്തിയുള്ളത്. ഒരു മത്സരം വച്ചാൽ ഞാനാണ് ജയിക്കുക.'

'നേരത്തെ മാങ്ങയ്ക്കായുള്ള ഓട്ടത്തിൽ ഒന്നാമതെത്തുകയും മാങ്ങ സ്വന്തമാക്കുകയും ചെയ്തത് അവൻതന്നെയാണ്. പക്ഷേ അത് അവനങ്ങ് തീരുമാനിച്ചാൽ മതിയോ? വിട്ടുകൊടുക്കാൻ കേശുവിന് മനസ്സു വന്നില്ല. കൂട്ടുകാരും അവനെ പ്രോത്സാഹിപ്പിച്ചു.

'എന്താടാ കേശൂ...ഗോപുവിന്റെ വർത്താനം കേട്ട് മിണ്ടാതിരിക്കുന്നത്. ആൺകുട്ടികൾ ഇങ്ങനെയായാൽ ശരിയാവില്ല. നമുക്കവനെ വെല്ലുവിളിക്കണം.'

ശരിയാണെന്ന് കേശുവിനും തോന്നി. അവൻ ഗോപുവിന്റെ അടുത്തേക്ക് ചെന്നു.

'നീയങ്ങ് ഒറ്റയ്ക്ക് തീരുമാനിച്ചാൽ മതിയോ...നമുക്കൊരു മത്സരം സംഘടിപ്പിക്കാം.'

അതുകേട്ടപ്പോൾ ഗോപു പറഞ്ഞു.

'ശരി. ഞാൻ റെഡിയാ.'

അവർ പഞ്ചഗുസ്തിയാണ് തീരുമാനിച്ചത്. ഗോപുവിന്റെ വീട്ടിലെ മേശപ്പുറത്ത് കൈകൾ കോർത്ത് കേശവും ഗോപുവും ഇരുന്നു കഴിഞ്ഞു. അവരുടെ കൂട്ടുകാർ രണ്ടുപക്ഷത്തുമായി നിന്നു.

'റെഡി വൺ ടു ത്രീ.'

മത്സരം ആരംഭിച്ചു. രണ്ടുപേരും കൂട്ടുകാരുടെ ആർപ്പുവിളിക്കിടയിൽ ശക്തി പരമാവധി ഉപയോഗിച്ചുതുടങ്ങി. ഏറനേരത്തെ പരിശ്രമത്തിനൊടുവിൽ ജയിക്കുന്നവനാണ് ഇനിയുള്ള ദിവസങ്ങളിൽ അവരുടെ നേതാവാകുക എന്നതാണ് കരാർ. കേശുവിന്റെ നെറ്റിയിലൂടെ വിയർപ്പ് ഒഴുകാൻ തുടങ്ങി. ഗോപുവിന്റെ ഞരമ്പുകൾ

വലിഞ്ഞുമുറുകി. കുട്ടികൾ കൈയടിച്ചു ഒച്ചവച്ചു. കേശുവിന്റെ ശക്തി ഗോപുവിന് മനസ്സിലായിത്തുടങ്ങി. എത്ര ശ്രമിച്ചിട്ടും അവനെ തോൽപ്പിക്കാൻ കഴിയില്ലെന്നും താനാകെ അപമാനിക്കപ്പെടുകയാണെന്നും അവന് ഉറപ്പായി. മത്സരത്തിൽ തോറ്റാൽ കേശു നേതാവാകും. അവൻ പറയുന്നതെല്ലാം അനുസരിക്കേണ്ടിവരും.

'അയ്യോ എന്റെ നെഞ്ച്...ഭയങ്കര വേദന.'

ഗോപു നിലവിളിച്ചു. ഞെട്ടലോടെ കേശു ബലം കുറച്ചു. ഗോപു കൈകൾ വിടർത്തി തന്റെ നെഞ്ചിനോട് ചേർത്തുകരഞ്ഞു. കുട്ടികളൊക്കെ അന്തം വിട്ടു. അവർ ഓടി രാരിച്ചനെ വിളിച്ചു കൊണ്ടു വന്നു. അദ്ദേഹം ഗോപുവിനെ ശരിക്കും പരിശോധിച്ച് എന്താണുണ്ടായതെന്ന് വിശദമായി അന്വേഷിച്ചു. കുട്ടികളുടെ രീതിയും മനസ്സിലാക്കിയ അദ്ദേഹം എപ്പോഴാണ് നെഞ്ചുവേദന വന്നതെന്ന് ചോദിച്ചു.

'രണ്ടാളും ബലാബലം നിൽക്കുമ്പോഴാണ് രാരിച്ചാ.'

'ആരായിരുന്നു തോൽക്കാൻ സാധ്യത ഉണ്ടായിരുന്നത്.'

പെട്ടെന്ന് ഗോപു തലതാഴ്ത്തി.

കേശു രാരിച്ചനേയും കൂട്ടുകാരേയും നോക്കി. കേശുവിനറിയാം. ഇടയ്ക്കിടെ ഗോപുവിന്റെ ബലം കുറഞ്ഞുവരുന്നുണ്ടായിരുന്നെന്ന്. രാരിച്ചൻ ഒന്നുംമിണ്ടാതെ കുറെസമയം ഇരുന്നു. പിന്നെ അവരെയും കൊണ്ട് മാവിൻചുവട്ടിലെത്തി.

'ഗോപുവിന്റെ നെഞ്ചുവേദന മാറാൻ നമുക്കൊരു കഥ പറഞ്ഞാലോ.'

'ഹായ് കഥയല്ലേ...പറഞ്ഞോളൂ...'

അവർക്ക് രാരിച്ചൻ പറയുന്ന എല്ലാ കഥകളും ഇഷ്ടമാണ്.

'രണ്ടു വീടുകളിലായി രണ്ട് ശക്തരായ പൂവൻകോഴികളുണ്ടായിരുന്നു. അങ്കക്കോഴികളാണ്. മറ്റ് ധാരാളം പെടക്കോഴികളും കുട്ടികളും അവരുടെ കൂടെ ജീവിക്കുന്നുണ്ട്. അവരുടെ മുന്നിൽ തങ്ങൾക്കുള്ള ശക്തി തെളിയിച്ച് കൊടുക്കണമെന്ന് രണ്ട് പൂവൻകോഴികളും ചിന്തിക്കാറുണ്ട്. ശക്തി മാത്രമേ മറ്റുള്ളവർ അംഗീകരിക്കുകയുള്ളു എന്നവർക്ക് അറിയാം. ഇടയ്ക്കിടെ അവർ പോരടിക്കാറുണ്ടായിരുന്നു. എന്നാൽ ഒരിക്കൽ ശക്തരാണെന്ന് തെളിയിക്കാൻ അങ്കം വെട്ടാൻ തീരുമാനിച്ചു.'

എല്ലാ കുട്ടികളും കൗതുകത്തോടെ കേട്ടിരുന്നു.

ഗോപുവിന്റെ മുഖം വിളറുന്നത് രാരിച്ചൻ ശ്രദ്ധിച്ചു. അവന്റെ കൈകൾ തലോടിക്കൊണ്ട് അദ്ദേഹം കഥ തുടർന്നു.

'അങ്ങനെ കോഴിയങ്കം തുടങ്ങി. അത് കാണാനായി അയൽപ്പക്കങ്ങളിൽനിന്നും കോഴികളെത്തിച്ചേർന്നു. കൂർത്ത കൊക്കും നഖങ്ങളും ഉപയോഗിച്ച് അവർ പൊരുതിക്കൊണ്ടിരുന്നു. രക്തം ചീറ്റിയൊഴുകി. കുടഞ്ഞും ചിറകടിച്ചും അവ പൊരുതുമ്പോൾ ആകാശം പൊടിപടലങ്ങളിൽ നിറഞ്ഞു.'

ഒരു യുദ്ധം നേരിട്ടു കാണുന്ന കൗതുകത്തോടെ കഥയിൽ മുഴുകിയിരിക്കുകയാണ് കേശുവും ഗോപുവും കൂട്ടുകാരും.

'ആർക്കെങ്കിലും ഒടുവിൽ തോൽക്കാതെ പറ്റില്ലല്ലോ. തോൽക്കുമെന്ന് ഉറപ്പായ കോഴി ഓടിക്കളഞ്ഞു. മുറിവുകളിൽ നോക്കി ലജ്ജയോടെ ആരും കാണാതിരിക്കുവാൻ അതൊരു മൂലയിൽ ചെന്ന് ഒളിച്ചിരുന്നു.'

'അയ്യേ നാണക്കേട്.'

കേശുവിന്റെ കൂട്ടുകാരൻ അറിയാതെ പറഞ്ഞുപോയി.

'പക്ഷേ, വിജയിയായ കോഴി അങ്കസ്ഥലത്തുനിന്ന് അഹങ്കാരത്തോടെ ചിറകടിച്ചുകൊണ്ടിരുന്നു. താനാണ് വിജയിച്ചതെന്നും ഇനി തന്റെ കീഴിലാണ് എല്ലാ കാര്യങ്ങളും നടക്കുക എന്നും അവൻ പുരപ്പുറത്തുകയറി കൂവി. അവന്റെ ശബ്ദം ദൂരെ ദിക്കുകളിൽ കേട്ടു. അത്രയ്ക്കും ശബ്ദത്തിലാണവൻ കൂവിയത്.'

ആകാശത്ത് പറന്നിരുന്ന ഒരു കഴുകനത് കേട്ടു. ഭൂമിയിൽനിന്നും കുറച്ചു മുകളിൽ പുരപ്പുറത്തിരിക്കുന്ന കോഴിയെ റാഞ്ചാൻ എളുപ്പമാണല്ലോ. നിമിഷങ്ങൾക്കുള്ളിൽ അത് പറന്നിറങ്ങുകയും പൂവനെയും കൊണ്ട് ഉയർന്നുപോവുകയും ചെയ്തു.'

'അതു നന്നായി. അഹങ്കാരം പാടില്ല. എന്നിട്ടോ?'

'അങ്കത്തിൽ തോറ്റ് ഒളിച്ചിരുന്ന കോഴിയും ഇതെല്ലാം കാണുന്നുണ്ടായിരുന്നു. അവനുടനെ പുറത്തിറങ്ങി വിജയിയെപ്പോലെ ചിറകടിച്ച് കൂവി. തന്റെ നേതൃത്വം അവൻ പ്രഖ്യാപിക്കുകയും ചെയ്തു. അവസരം കിട്ടുമ്പോൾ നേതാവാകുക എന്ന നയമാണ് അവൻ സ്വീകരിച്ചത്. നേതാവാകാൻ യുദ്ധമല്ല വേണ്ടത് ക്ഷമയോടെ കാത്തിരുന്ന് അവനവന്റെ കഴിവുകൾ പ്രകടിപ്പിക്കുകയാണ് ചെയ്യേണ്ടത്.'

ഗോപു തേങ്ങിക്കരഞ്ഞു.

എല്ലാവരും കൂടി അവനെ കെട്ടിപ്പിടിച്ച് തലോടി.

രാരിച്ചൻ പുഞ്ചിരിയോടെ അവിടെനിന്നും എണീറ്റുപോയി.

ഗോപുവിന്റെ നെഞ്ചുവേദന പിന്നീടൊരിക്കലും കൂട്ടുകാർക്ക് കാണേണ്ടി വന്നിട്ടില്ല.

അവനവൻ്റെ നാടും ജീവിതവും

അതിശക്തമായ മഴയാണ് രാരിച്ചൻ്റെ ഗ്രാമത്തിൽ പെയ്തത്. അദ്ദേഹത്തിൻ്റെ ചെറുപ്പക്കാലത്തും ഇതുപോലൊരു മഴ കണ്ടിട്ടുണ്ട്. അതിൻ്റെ ഭീകരാവസ്ഥയെക്കുറിച്ച് മുതിർന്നവർ പറഞ്ഞുകേട്ടിട്ടുണ്ട്.

ഇപ്പോൾ പെയ്തുകൊണ്ടിരിക്കുന്ന മഴ ഒരു ഭയങ്കരി തന്നെയെന്നാണ് കേശു രാരിച്ചനോട് പറഞ്ഞത്. അതുകേട്ടപ്പോൾ തോരാമഴയിലേക്കു നോക്കി രാരിച്ചൻ പുഞ്ചിരിച്ചു.

രാവിലെ മഴ കുറഞ്ഞപ്പോൾ രാരിച്ചന് സുഖമാണോ എന്നന്വേഷിക്കാൻ വീട്ടുകാർ പറഞ്ഞുവിട്ടതാണ് എല്ലാ കുട്ടികളേയും. ഒറ്റയ്ക്ക് ഒരു ചെറുവീട്ടിലാണല്ലോ അദ്ദേഹത്തിൻ്റെ താമസം.

കുട്ടികളെ വേണ്ടവിധം ശ്രദ്ധിക്കുന്ന രാരിച്ചന് ഒരാപത്തും വരരുതേ എന്നാണവരുടെ പ്രാർത്ഥന. കുറച്ചുകഴിഞ്ഞപ്പോൾത്തന്നെ ഇടിയും കാറ്റും അകമ്പടിയായി മഴ കനത്തു. മരങ്ങൾ ആടിയുലഞ്ഞു. ചിലത് വേരോടെ പിഴുതുവീണു.

'രാരിച്ചാ...ഈ മഴയ്ക്ക് ഭ്രാന്തായോ? എല്ലാം നശിപ്പിക്കുന്നല്ലോ.'

അപ്പോഴും രാരിച്ചൻ ചിരിച്ചു. എന്നിട്ട് പതുക്കെ പറഞ്ഞു.

'നിങ്ങളെല്ലാം എൻ്റടുത്തുതന്നെ ഉള്ളത് എത്ര ആശ്വാസമാണെന്നോ. ഇന്നലെ ഉരുൾപൊട്ടലുള്ള പ്രദേശം കാണാൻ ഞാൻ പോയിരുന്നു. ഒക്കെ നശിച്ചുപോയി. ആളുകൾക്കും നാശം തന്നെ.'

രാരിച്ചൻ ആലോചനയിലാണ്. മഴ ശക്തമാവുകയാണ്. വൈകുന്നേരമാകുമ്പോഴേക്കും ഭൂമിയാകെ ഇരുട്ടു പരന്നു. രാരിച്ചനും ഒരല്പം ഭയം തോന്നാതിരുന്നില്ല. നട്ട കൃഷിയൊക്കെ ഒലിച്ചുപോയിരിക്കും. കന്നുകാലികൾക്കുള്ള തീറ്റ ശേഖരിക്കാനാകില്ല.

'ഇത് അമ്പാടിയിൽ പെയ്ത മഴ പോലുണ്ട്.'

വിക്രമൻ തന്നത്താൻ അഭിപ്രായപ്പെട്ടു.

ഈ കഥ പറഞ്ഞുകൊടുത്തതും രാരിച്ചനാണ്.

സന്ധ്യ കഴിഞ്ഞപ്പോൾ കുട്ടികളെ തേടി രക്ഷിതാക്കളെത്തി. അവരെ കൊണ്ടുപോകാൻ ആവശ്യപ്പെട്ടശേഷം ഒരു രക്ഷിതാവ് പറഞ്ഞു. 'രാരിച്ചാ നമ്മുടെ പുണ്യാളൻകുന്നിൽ ഉരുൾപൊട്ടാൻ സാധ്യതയുണ്ട്. ഇവിടുന്ന് മാറുന്നതാ നല്ലത്.'

'എവിടേക്ക്?'

'കിഴക്കുഭാഗത്തുള്ള ഏതെങ്കിലും വീട്ടിലേക്കു ചെല്ലാം. ഉള്ള തെല്ലാം വിറ്റുപെറുക്കി നമുക്ക് പുറപ്പെടാം.'

രാരിച്ചൻ അമ്പരന്നുചോദിച്ചു. 'രോഹിണിപ്പുഴ ഇന്നലെ നിറഞ്ഞു കവിഞ്ഞു. നമ്മളവിടെ എത്തുമ്പോഴേക്കും വീടുകളിലേക്ക് വെള്ളം കയറിയിട്ടുണ്ടാകും. പിന്നെവിടെ പോകാൻ?'

കേശുവിന്റെ അച്ഛൻ വേവലാതിയോടെ പറഞ്ഞു. 'രാരിച്ചാ, നമ്മുടെ ഗ്രാമമെന്താ ഇങ്ങനെ അകപ്പെട്ടത്. ഒരു ഭാഗത്ത് മല ഉരുൾ പൊട്ടാൻ നിൽക്കുന്നു. മറുഭാഗത്ത് പുഴ കയറിയിരിക്കുന്നു. നമുക്ക് മറ്റേതെങ്കിലും നാട്ടിലേക്കു പോയി രക്ഷപ്പെടാം.'

അതുകേട്ടപ്പോൾ എല്ലാവരുടെയും മുന്നിൽ ഒരു പ്രതീക്ഷ വളർന്നുതുടങ്ങി.

'രാരിച്ചാ ഭൂമിയും വീടും വേണമെന്നു വച്ചാൽ നമ്മുടെ ജീവൻ ബാക്കിയുണ്ടാകുമോ. പല ആളുകളും മറ്റു ഗ്രാമങ്ങളിലെ ബന്ധു വീടുകളിലേക്ക് പോയിത്തുടങ്ങി. നമുക്കും അതാണ് നല്ലതെന്നു തോന്നുന്നു.'

ഗോപുവിന്റെ അച്ഛൻ തന്റെ അഭിപ്രായം പറഞ്ഞു. ഏറെനേരം പലവിധ ചർച്ചകൾ നടന്നുകൊണ്ടിരുന്നു. സ്വന്തം ഗ്രാമംവിട്ട് പെരു മഴ പേടിച്ച് ഓടിപ്പോയാൽ ആ ഗ്രാമത്തിലും മഴയും ഉരുൾപൊ ട്ടലും വെള്ളപ്പൊക്കവും ഉണ്ടാകില്ലേഎന്ന് രാരിച്ചൻ അവരോട് തിരി ച്ചുചോദിച്ചു.

എല്ലാവരും അതുകേട്ട് നിരാശരായി.

രാരിച്ചൻ പറഞ്ഞതിലും ശരിയുണ്ട്. പക്ഷേ ഇപ്പോഴത്തെ കാലാ വസ്ഥ കാണുമ്പോൾ ഭയമാണ് കൂടുന്നത്. സ്വന്തം ജീവിതവും മറ്റു ള്ളവരുടെ ജീവനും രക്ഷപ്പെടുത്താൻ കഴിയാത്ത വിധം ഈ ഗ്രാമ ത്തിൽ മഴ കനക്കുമെന്ന് ഓരോരുത്തരും ചിന്തിച്ച് ഭയപ്പെട്ടിരുന്നു. മക്കളെയുംകൂട്ടി സ്വന്തം വീട്ടിലേക്കു പോകാൻ ഒരുങ്ങിയ അവ രോട് രാരിച്ചൻ ഒരു കഥ പറഞ്ഞുതുടങ്ങി. അവരുടെ ഭയത്തെ ഇല്ലാതാക്കാൻ വേറെയൊന്നും തന്റെ കയ്യിലില്ലായെന്ന് രാരിച്ചന റിയാം.

അകത്തെ മുറിയിൽ എല്ലാവരും പുൽപ്പായയിൽ ഇരിക്കുകയാണ്. രാരിച്ചൻ പറഞ്ഞുതുടങ്ങി:

'ഒരിക്കൽ കുറച്ച് മുയലുകൾക്ക് ഒരു തോന്നൽ ശക്തമായി. ലോകത്ത് ഏറ്റവും അധികം പ്രാണഭീതിയും ദുരിതവും അനുഭവിക്കുന്നവർ തങ്ങളാണെന്ന്. അതിനെക്കുറിച്ച് സംസാരിക്കാനും പരിഹാരം കാണാനും അവർ ഒത്തുകൂടി.

മുയൽനേതാവ് എല്ലാവരേയും സ്വാഗതം ചെയ്തുകൊണ്ട് പറഞ്ഞു. 'എങ്ങോട്ടുനോക്കിയാലും ശത്രുക്കളേയുള്ളൂ. മനസ്സമാധാനത്തോടെ ആഹാരം കഴിക്കാൻ സാധിക്കുന്നില്ല. ആവശ്യത്തിന് ഭക്ഷണവും കിട്ടുന്നില്ല. ഇങ്ങനെ ജീവിക്കുക സഹിക്കാനാകാത്ത കാര്യമാണ്. പ്രതീക്ഷ പോലുമില്ലാത്ത ജീവിതത്തെ രക്ഷപ്പെടുത്താൻ നാമെന്തെങ്കിലും ചെയ്തേ പറ്റൂ.' നേതാവിന്റെ പ്രസംഗം മുയലുകളുടെയെല്ലാം മനസ്സിനെ ഉലച്ചുകളഞ്ഞു. അദ്ദേഹം പറയുന്നത് അക്ഷരംപ്രതി ശരിയാണെന്ന് അവർക്കെല്ലാം ഉറപ്പായിരുന്നു. 'നമുക്കെല്ലാം ഒന്നിച്ചുപോയി ഒരു കുളത്തിൽ ചാടി ആത്മഹത്യ ചെയ്യാം. ഇങ്ങനെ ജീവിക്കുന്നതിലും നല്ലത് അതല്ലേ.'

ഒരു മുയൽ അങ്ങനെ അഭിപ്രായപ്പെട്ടപ്പോൾ എല്ലാവർക്കും സമ്മതമായി. എല്ലാവരും പരസ്പരം കെട്ടിപ്പിടിച്ച് ഉമ്മവെക്കുകയും തലോടുകയും കരയുകയുമൊക്കെ ചെയ്തു. അതിനുശേഷം ഒരു ആമ്പൽക്കുളത്തിന്റെ കരയിലെത്തിച്ചേർന്നു. അവിടെയപ്പോൾ വെയിൽകായാൻ കുറച്ച് തവളകൾ കരയിൽ കിടക്കുന്നുണ്ടായിരുന്നു.

മുയലുകൾ കൂട്ടത്തോടെ വന്നത് കണ്ട് ഭയത്തോടെ തവളകൾ വെള്ളത്തിൽ ചാടി രക്ഷപ്പെട്ടു. ഇതുകണ്ട് നേതാവ് അമ്പരന്നു.

അത് തന്റെ കൂട്ടാളികളോട് പറഞ്ഞു. 'നിൽക്കൂ കൂട്ടരേ, നമ്മളേക്കാൾ പേടിച്ചുകഴിയുന്ന വേറൊരു കൂട്ടരെ നിങ്ങൾ കണ്ടില്ലേ. നമ്മുടെ ജീവിതം മാത്രമല്ല, മറ്റുള്ള ജീവികൾക്കും ഒരുപാട് ബുദ്ധിമുട്ടുകൾ ഉണ്ട്. അതുകൊണ്ട് നമുക്ക് തിരിച്ചുപോകാം.'

രാരിച്ചൻ കഥ പറഞ്ഞുനിർത്തി.

എല്ലാവരേയും നോക്കി പുഞ്ചിരിച്ചു.

കുട്ടികളും രക്ഷിതാക്കളും രാരിച്ചനെ അത്ഭുതത്തോടെ നോക്കി. കേശുവിന്റെ അച്ഛൻ പെട്ടെന്ന് പറഞ്ഞു. 'മഴ എല്ലാടത്തുമുണ്ടല്ലോ. നമുക്ക് എല്ലാം നേരിടാം. മറ്റെവിടെയെങ്കിലും പോയാൽ അവിടെയാണ് കൂടുതൽ കുഴപ്പങ്ങളെങ്കിലോ...വേണ്ട രാരിച്ചാ നമുക്ക് നമ്മുടെ ഗ്രാമത്തിൽതന്നെ നിൽക്കാം.'

നാവിന്റെ അധികപ്രസംഗം

രാരിച്ചന്റെ ഗ്രാമത്തിൽ ഗ്രാമോത്സവം നടത്താൻ തീരുമാനിക്കപ്പെട്ടു. കലാകായികമത്സരത്തോടൊപ്പം ഏറ്റവും പ്രാധാന്യമുള്ളത് ഓരോ വീട്ടുകാരും അവരവർ കൃഷി ചെയ്തുണ്ടാക്കിയ വസ്തുക്കൾ പ്രദർശിപ്പിക്കുക എന്നായിരുന്നു. മറ്റൊരാളിൽനിന്നും കടം വാങ്ങിയതൊന്നും പ്രദർശിപ്പിച്ചുപോകരുത്. അങ്ങനെ ചെയ്ത് സമ്മാനം നേടിയാൽ അയാൾ സ്വന്തം കൃഷിയിടത്തിലേതുതന്നെയെന്ന് തെളിവ് നൽകണം. തികച്ചും ഗ്രാമപ്രദേശമായതുകൊണ്ടും മിക്കവാറും ആളുകൾ കൃഷിക്കാരായതുകൊണ്ടും ഈ മത്സരത്തിൽ പങ്കെടുക്കുവാൻ ധാരാളം ആളുകളുണ്ടായിരുന്നു. ക്ഷേത്രമൈതാനത്തായിരുന്നു പ്രദർശനം നടക്കുന്നത്.

ശങ്കരന് വീടും ഇത്തിരി ഭൂമിയും മാത്രമേയുള്ളു. അവിടെ കൃഷിയില്ല. അവന് പ്രദർശിപ്പിക്കാൻ ഒന്നുമുണ്ടായിരുന്നില്ല. അതുകൊണ്ട് പ്രദർശനസ്ഥലത്ത് തന്റെ കൂടെ നിൽക്കാൻ രാരിച്ചൻ അവനോട് പറഞ്ഞു. വിക്രമന്റെ അച്ഛന് വയലും കരയുമായി ഒരുപാട് കൃഷിസ്ഥലങ്ങളുണ്ട്. അടയ്ക്ക, തേങ്ങ, കുരുമുളക്, ഇഞ്ചി, നെല്ല്, ഉഴുന്ന്, മധുരക്കിഴങ്ങ് എന്നുവേണ്ട സകല ഭക്ഷണസാധനങ്ങളും വിക്രമന്റെ അച്ഛൻ നട്ടുനച്ചുണ്ടാക്കാറുണ്ട്.

പ്രദർശനങ്ങളൊരുങ്ങി. ഗോപുവും കുടുംബവും കേശുവും കുടുംബവും വിക്രമനും കുടുംബവും ഒക്കെ എത്തിച്ചേർന്നു. ഭക്ഷ്യവസ്തുക്കളെക്കൊണ്ട് പ്രദർശനസ്ഥലം നിറഞ്ഞു. നാട്ടുകാർക്കെല്ലാം ഇതൊരു നല്ല കാഴ്ചയായിരുന്നു.

രാരിച്ചൻ, താൻ കൃഷി ചെയ്യാറുള്ള വിഭവങ്ങളുമായി ശങ്കരന്റെ കൂടെ അവിടെയെത്തി. എല്ലാം ചുററി നടന്നു കണ്ടശേഷം വിക്രമൻ രാരിച്ചനോട് പറഞ്ഞു.

'രാരിച്ചാ..ഈ പ്രദർശനത്തിന് എന്റെ അച്ഛനാണ് ഒന്നാംസ

മ്മാനം ലഭിക്കുക. എണ്ണത്തിൽ ഞങ്ങളുടെ കയ്യിലാണ് കൂടുതൽ വിളവുള്ളത്.'

രാരിച്ചനും ശങ്കരനും ഒന്നും പറഞ്ഞില്ല. ഒരുപാട് സാധനങ്ങൾ പ്രദർശിപ്പിക്കുക എന്നത് മാത്രമല്ല പ്രദർശനമത്സരത്തിന്റെ ഉദ്ദേ ശ്യമെന്ന് രാരിച്ചനറിയാം. പലതും ചെയ്യാതെ തരിശിട്ടിരിക്കുന്ന പ്രദേശത്തെ ജനങ്ങളെക്കൊണ്ട് കൃഷി ചെയ്യിക്കുക എന്ന ഉദ്ദേശ്യ വുമുണ്ടെന്ന് അദ്ദേഹത്തിനറിയാം.

വിക്രമൻ കേശുവിനോടും ഗോപുവിനോടും മറ്റ് പലരോടും ഇതു തന്നെ പറഞ്ഞുകൊണ്ടിരുന്നു. രണ്ടുമൂന്ന് മണിക്കൂർ കഴിഞ്ഞപ്പോൾ പ്രതീക്ഷിക്കാതെ വലിയ കാറ്റും മഴയും വന്നു. പ്രദർശനത്തിനൊ രുക്കിയ പന്തലുകൾ പലതും പൊളിഞ്ഞുവീണു. മഴ നനഞ്ഞ് പല ഭക്ഷ്യവസ്തുക്കളും ഉപയോഗിക്കാൻ കൊള്ളാത്തതായി. മഴ നന യാതിരിക്കാൻ രാരിച്ചനും കേശുവും ശങ്കരനുമൊക്കെ തൊട്ടടുത്ത വീട്ടിൽ കയറിനിന്നു. വിക്രമനും നന്നേ വിഷമിച്ച് അവിടെ നിൽപ്പു ണ്ടായിരുന്നു. അതുകണ്ട് രാരിച്ചൻ കുട്ടികളോട് പറഞ്ഞു.

'എനിക്കിപ്പോൾ ഒരു കഥ പറയാൻ തോന്നുന്നു.'

ശങ്കരൻ അത്ഭുതത്തോടെ രാരിച്ചനെ നോക്കി.

'അതേതു കഥയാണ്?'

പണ്ട് പ്രാർത്ഥനാമന്ദിരത്തിൽ ധാരാളം ആളുകൾ കൂടിയിരി ക്കുകയായിരുന്നു. ഒരാഘോഷദിവസമായിരുന്നു. വേദിക്കു ചുറ്റും അനേകം മെഴുകുതിരികൾ കത്തിച്ചുവച്ചിട്ടുണ്ട്. നന്നായി പ്രകാശി ക്കുന്നുണ്ട് അവയെല്ലാം. എന്നാൽ ഏറ്റവും കൂടുതൽ പ്രകാശമുള്ള മെഴുകുതിരിയും അക്കൂട്ടത്തിലുണ്ട്.

'ഇവിടെയുള്ള തിരികളെക്കാളും അധികം പ്രകാശം എന്റെ തിരി കൾക്കാണ്. സൂര്യചന്ദ്രന്മാർക്കുപോലും ഇത്രയും പ്രകാശമുണ്ടാ കില്ല.'

അതുകേട്ട് അവിടുത്തെ എല്ലാ തിരികളും അമ്പരന്നു പരസ്പരം നോക്കി. കൂടിയിരിക്കുന്നവരും അതു കേട്ടിരുന്നു. പെട്ടെന്നാണ് തെക്കുനിന്നൊരു കാറ്റ് ശക്തമായി വീശിയത്. കുറേ മെഴുകുതിരി കൾ കെട്ടുപോയി. കൂടുതൽ പ്രകാശമുണ്ടെന്ന് അഹങ്കരിച്ച തിരിയും കെട്ടുപോയിരുന്നു.

പ്രാർത്ഥനയ്ക്ക് വന്നവരിൽ ഒരാൾ വേഗം വന്ന്, അഹങ്കരിച്ചെ ങ്കിലും അണഞ്ഞുപോയ ആ തിരിയിൽതന്നെ ആദ്യം തീ കൊളു ത്തിക്കൊടുത്തു.

എന്നിട്ട് പറഞ്ഞു.

'വിറച്ചുതുള്ളാതെ മെഴുകുതിരിയേ...നീ പ്രകാശിച്ചുകൊള്ളൂ. പക്ഷേ, നിന്റെ നാവിന്റെ നീളം കുറയണം.'

അയാൾ ഉറക്കെ ഒരു കാര്യംകൂടി പറഞ്ഞു.

'ആകാശത്തിലെ വിളക്കുകൾ അവിടെത്തന്നെ കാണും. അവ കെടുത്താൻ ശക്തിയുള്ള കാറ്റ് ഒരിക്കലും വീശില്ല.'

രാരിച്ചൻ കഥ നിർത്തി മഴയിലേക്ക് നോക്കിനിന്നു.

വിക്രമൻ രാരിച്ചന്റെ അടുത്തുചെന്ന് മാപ്പു പറഞ്ഞു.

മറ്റുകുട്ടികൾ അതു കണ്ട് ഊറിച്ചിരിച്ചു.

രക്ഷപ്പെടാൻ ഒരു വഴി മതി

പന്ത് കളിച്ച് നേരം വൈകിപ്പോയത് ഗോപുവും ശങ്കരനും അറിഞ്ഞതേയില്ല. വീട്ടിലെത്താനുള്ള ധൃതികൊണ്ട് വേഗത്തിൽ നടക്കുകയാണ്.

'എടാ, ഗോപൂ ഈ ഇരുട്ടത്തെങ്ങാനും നമ്മളെന്നും കാണാറുള്ള നായയെങ്ങാനും വന്നാലോ.. പെട്ടതുതന്നെ. എനിക്കീ പട്ടികളെ പേടിയൊന്നൂല്ല കേട്ടോ.'

തന്റെ ഭയം മറ്റൊരാൾ അറിയുന്നത് ശങ്കരന് ഇഷ്ടമേയല്ല. അതുകൊണ്ടാണവൻ അങ്ങനെ പറഞ്ഞത്. ശങ്കരന്റെ വർത്തമാനം കേട്ടപ്പോൾ നേർത്ത ഇരുട്ടിൽ ഗോപുവിനും ഭയം തോന്നി. പക്ഷേ അവൻ പറഞ്ഞതിങ്ങനെയാണ് :'നോക്കൂ ശങ്കരാ...നായയെ കാണുമ്പോൾ ഞാൻ കല്ലെടുക്കും. അപ്പോഴേക്കും അവ പേടിച്ച് ഓടി രക്ഷപ്പെടും. ഏതു പട്ടിക്കും എന്നെ പേടിയാ.'

ശങ്കരൻ ചിന്തിച്ചുകൊണ്ടിരുന്നു. ഗോപു പറയുന്നത് ശരിയാണോ. അവൻ പൊങ്ങച്ചം പറഞ്ഞതാണോ...അതോ അവൻ ശരിക്കും കേമനാണോ.? കുറച്ചുകഴിഞ്ഞപ്പോൾ അവൻ ഗോപുവിനോടു ചോദിച്ചു.

'ഇപ്പോൾ നമ്മുടെ മുന്നിൽ ഒരു പട്ടി വന്നാൽ ഈ ഇരുട്ടത്ത് നീയെന്തു ചെയ്യും?'

ഓർത്തപ്പോൾതന്നെ ഗോപുവിന് ഭയം തോന്നി. പക്ഷേ മറുപടി ഇങ്ങനെയായിരുന്നു.

'അതിനെ ഉന്നംവച്ച് കല്ലെറിഞ്ഞ് ഓടിക്കും ഞാൻ. പിന്നെന്തിന് പേടി. ശങ്കരാ നീയെന്തുചെയ്യും?'

ശങ്കരൻ ഒരുനിമിഷം കഴിഞ്ഞ് പതുക്കെ പറഞ്ഞു.

'രക്ഷപ്പെടാനുള്ള സൂത്രം എന്റെ കയ്യിലുണ്ട്. അതപ്പോൾ കണ്ടാൽ പോരേ?'

ഗോപുവിന് ദേഷ്യം തോന്നി. അവൻ ശങ്കരന്റെ മുഖത്തുനോക്കി പരിഹസിച്ചു.

'ഒന്നുമില്ല സൂത്രം. പേടിത്തൂറി. നീ നായയെ കാണുമ്പോൾ ജീവനുംകൊണ്ട് ഓടും. തീർച്ച.'

കുറെ നടന്നപ്പോഴേയ്ക്കും നല്ല ഇരുട്ടായി. പെട്ടെന്നാണ് അവരുടെ മുന്നിലേക്ക് ഒരു നായ ഓടിക്കയറി വന്നത്. ശങ്കരന്റെ ജീവൻ നഷ്ടപ്പെട്ടതുപോലെ അവൻ പേടിച്ചുപോയി. അവൻ നാലുഭാഗത്തേക്കു നോക്കി. അടുത്തുകണ്ട മാവിലേക്ക് ഓടിക്കയറി. എന്നാൽ ഗോപു ഒരു കല്ലെടുത്ത് നായയെ എറിയാൻ കഴിയുന്നതിനുമുമ്പ് അത് ഗോപുവിനെ കടിച്ച് ഓടിപ്പോവുകയും ചെയ്തു.

നിലവിളി കേട്ട നാട്ടുകാരാണ് ഗോപുവിനെ രക്ഷപ്പെടുത്തി വൈദ്യരുടെ അടുത്തെത്തിച്ചത്.

കഥയറിഞ്ഞ് രാരിച്ചൻ ഗോപുവിന്റെ വീട്ടിലെത്തി.

കുറെ കൂട്ടുകാരുമുണ്ടായിരുന്നു കൂടെ.

'ഗോപൂ എല്ലായിപ്പോഴും കല്ലെറിഞ്ഞ് പട്ടിയെ ഓടിക്കാൻ സാധിക്കില്ല. ഏതു തരം പട്ടിയാണെന്ന് തിരിച്ചറിയണം.'

ഗോപു ഒന്നും മിണ്ടിയില്ല. സൂചി വച്ചതിന്റെ നീറ്റലുണ്ടായിരുന്നു അവന്. പാവം തോന്നിയ രാരിച്ചൻ അവനുവേണ്ടി ഒരു കഥ പറഞ്ഞുതുടങ്ങി.

ഒരിക്കൽ ഒരു കുറുക്കൻ പൂച്ചയോട് പറഞ്ഞു.

'മൃഗങ്ങളിൽ ഏറ്റവും കൂടുതൽ സൂത്രമറിയാവുന്നത് എനിക്കു മാത്രമാണ്. ഒരു സഞ്ചിനിറയെ സൂത്രങ്ങളുണ്ട് എന്റെ കൈവശം. ശത്രുക്കളായ നായ്ക്കളിൽനിന്നും രക്ഷപ്പെടാൻമാത്രം നൂറു സൂത്രങ്ങളുണ്ട്.'

'അതെയോ. അതൊരു അത്ഭുതമാണല്ലോ.'

പൂച്ച അത്ഭുതപ്പെട്ടു കണ്ണുമിഴിച്ചു.

'എനിക്കാകെ ഒരു സൂത്രമേ അറിയൂ കുറുക്കച്ചാരേ. അതാണെന്നെ എല്ലാ ആപത്തുകളിൽനിന്നും എന്നെ രക്ഷപ്പെടുത്തുന്നത്. എങ്കിലും ഇത്രയധികം സൂത്രങ്ങളുള്ള നിങ്ങളുടെ അടുക്കൽനിന്നും ഏതാനും സൂത്രങ്ങൾ എനിക്കു പഠിച്ചാൽ കൊള്ളാമായിരുന്നു.'

അതുകേട്ട് കുറുക്കന് വലിയ അഭിമാനം തോന്നി. ഒരു പൂച്ച തന്റെ അടുത്തുവന്ന് സൂത്രം പഠിക്കുന്നതിൽ ഒരല്പം അഹങ്കാരവും ഉണ്ടായി.

'ശരി..ശരി. എനിക്ക് വേറെ ജോലിയില്ലാത്തപ്പോൾ നിന്നെ പഠി

പ്പിച്ചുതരാം കേട്ടോ.' കുറുക്കൻ അത്രയും പറഞ്ഞുകഴിഞ്ഞപ്പോൾ അകലെനിന്നും നായാട്ടുനായ്ക്കളുടെ കുര കേൾക്കാൻ കഴിഞ്ഞു. അവരുടെ നേരെയാണ് അവ വരുന്നതെന്ന് മനസ്സിലായപ്പോൾ പൂച്ച അടുത്തുള്ള മരത്തിലേക്ക് മിന്നൽപോലെ പാഞ്ഞുകയറിക്കഴിഞ്ഞു. എന്നിട്ട് കുറുക്കനോട് പറഞ്ഞു.

'നോക്കൂ കുറുക്കാ...ഈ സൂത്രം മാത്രമേ എനിക്കറിയൂ. താങ്കളിപ്പോൾ ഏതു സൂത്രമാണ് പ്രയോഗിക്കുക. അതു കാണാൻ എനിക്ക് ആഗ്രഹമുണ്ട്.'

തനിക്ക് നൂറുകണക്കിന് സൂത്രമറിയാം. പക്ഷേ ഏതാണ് ഇപ്പോൾ പ്രയോഗിക്കേണ്ടത്?

കുറുക്കൻ ആലോചിക്കാൻ തുടങ്ങി.

ഓരോന്ന് നല്ലതാണെന്ന് കരുതുമ്പോൾ പിന്നെയും സംശയം. ഛേ...ഇതല്ല മറ്റൊരു സൂത്രമെടുക്കാം. അതാണ് നല്ലത്.

ഇങ്ങനെ തിരിച്ചും മറിച്ചും ആലോചിക്കുന്നതിനിടയിൽ നായാട്ടുനായ്ക്കൾ അവന്റെ തൊട്ടടുത്ത് എത്തിക്കഴിഞ്ഞിരുന്നു. ഓടി രക്ഷപ്പെടാൻപോലും കുറുക്കന് സാധിച്ചില്ല. നായാട്ടുനായ്ക്കൾ അവന്റെ മേൽ ചാടിവീണു. അതോടെ നൂറു സൂത്രങ്ങളും കുറുക്കനും അവസാനിക്കുകയും ചെയ്തു.'

രാരിച്ചൻ കഥ പറഞ്ഞുനിർത്തി. എല്ലാവരേയും നോക്കി.

'രാരിച്ചാ...ഞാൻ വിചാരിച്ചു നായ്ക്കളെ കല്ലെറിഞ്ഞാൽ രക്ഷപ്പെടാമെന്ന്.'

ഗോപു സങ്കടപ്പെട്ടു.

രാരിച്ചന്റെ അവന്റെ തലയിൽ തടവിക്കൊണ്ടു പറഞ്ഞു.

'സന്ദർഭത്തിനനുസരിച്ചാണ് നമ്മുടെ കഴിവും സൂത്രവും പ്രയോഗിക്കേണ്ടത്. കുറേ അറിവുണ്ടായിട്ട് കാര്യമില്ല. സ്വന്തം ശരീരസുരക്ഷ എല്ലാവർക്കും പ്രാധാന്യമുള്ളതാണ്.'

കുട്ടികൾ അതുകേട്ട് രാരിച്ചനെ കെട്ടിപ്പിടിച്ചു.

രാരിച്ചനും തന്റെ കൂട്ടുകാരും നടന്നു പോകുന്നതും നോക്കി ഗോപു വീടിന്റെ വരാന്തയിൽ ഇരുന്നു.

തോന്നലുകളും വാസ്തവങ്ങളും

മഴ പെയ്തു തോർന്ന് മാനം തെളിഞ്ഞു. ഒരു അവധിദിവസം വിക്രമനും കേശുവും ഗോപുവുംകൂടി രോഹിണിപ്പുഴയുടെ അടുത്തുള്ള കുറ്റിക്കാട്ടിലേക്കു പോയി. അവിടെ നാട്ടിലൊന്നും സാധാരണ കാണാത്ത കുറെ പക്ഷികളുണ്ട്. അതിന്റെ കൂടെ ദേശാടനപ്പക്ഷികളും വന്നു താമസിക്കുന്നുണ്ട്. ആ കാട്ടിലേക്ക് കുട്ടികളൊന്നും സാധാരണ പോകാറുമില്ല. കാട്ടിലേക്കുള്ള ഊടുവഴിയിലൂടെ നടന്നപ്പോൾ ചെറിയചെറിയ ഇഴജീവികളും പാറ്റകളും വണ്ടുകളും അവരുടെ കണ്ണിൽപെട്ടു. കുറേക്കൂടി അകത്തേക്കു പോയപ്പോൾ കേശു പറഞ്ഞു.

'ടാ പാമ്പൊക്കെ ഉള്ള സ്ഥലമാണ്. നോക്കി നടക്കണം. നമ്മുക്ക് ദേശാടനപ്പക്ഷിയുടെ കൂട് കണ്ടെത്തണം.'

'എന്തിനാടാ നിനക്കത്?

'അതില് മുട്ടയുണ്ടാവൂലേ...പിന്നേ കൂട് എങ്ങനെയാ ഉണ്ടാക്കിയതെന്ന് കാണാലോ.'

അപ്പോൾ വിക്രമൻ അവരോട് പറഞ്ഞു. 'ഇവിടെ ധാരാളം മുള്ളൻപന്നിയുണ്ടെന്ന് അച്ഛൻ പറയുന്നത് കേട്ടിരുന്നു. അതല്ലേ നമ്മുടെ കൃഷിയൊക്കെ കുത്തിമറിച്ചിട്ട് നശിപ്പിക്കുന്നത്. അതിനെ പേടിക്കണം കേട്ടോ. അത് മുള്ളുകുടഞ്ഞാൽ പെട്ടതുതന്നെ.'

വിക്രമന്റെ സംസാരം കേട്ട് കേശു ചിരിച്ചു. വിക്രമനെപ്പോഴും പേടിത്തൊണ്ടനാണെന്ന ഒരു വിചാരം കേശുവിനുണ്ട്. അവനെ കൂടെ കൂട്ടിയതുതന്നെ കുഴപ്പമായെന്ന് കേശു സംശയിച്ചു. കാടിന്റെ ഉൾഭാഗത്ത് നിറയെ വലിയ മരങ്ങളും വള്ളിപ്പടർപ്പുകളുമുണ്ട്. മഴ തോർന്നതുകൊണ്ട് കാല് വയ്ക്കുമ്പോൾത്തന്നെ കരിയകൾക്കൊപ്പം താണുപോകുന്നു.

'ടാ പാമ്പുണ്ടോന്ന് നോക്കണം.' വിക്രമൻ വീണ്ടും പറഞ്ഞു.

'നീയൊന്ന് മിണ്ടാതെ നിൽക്കൂ വിക്രമാ. നമുക്ക് കൂട് കണ്ടുപി ടിക്കേണ്ടേ. ഇങ്ങനെ പേടിച്ചാലോ.'

ഇടയ്ക്കവർ ചെറുപാമ്പിനെ കാണുകയും ചെയ്തു. ഒരു വലിയ മരത്തിനു മുകളിൽ ഒരു ദേശാടനപ്പക്ഷി ഇരിക്കുന്നതു കണ്ടപ്പോൾ കേശു പറഞ്ഞു.

'ങ്ഹാ..ഇവൻ ഇവിടെ കൂടുവച്ചിട്ടുണ്ടാവും. ഞാനിതിലേക്ക് കേറാൻ പോവ്വാ.'

മരത്തിന്റെ ഉയരവും വണ്ണവും കണ്ട് ഗോപുവിന് പേടിയായി. ഇവനെങ്ങനെ കയറും. മാത്രമല്ല എങ്ങനെയാണിറങ്ങുക.

അവൻ ചോദിച്ചു. 'കേശൂ അതില് കൂടുണ്ട് എന്നുറപ്പുണ്ടോ? നീയത് കാണുന്നുണ്ടോ. കയറിക്കഴിഞ്ഞ് കണ്ടില്ലെങ്കിൽ വെറുതെ യാവൂലേ. എന്തു വലിയ മരമാണ്. നീ കേറണ്ട കേശൂ. നമുക്ക് വീട്ടിലേക്കു പോകാം.'

അച്ഛനറിഞ്ഞാൽ തല്ലുകിട്ടുമെന്ന് ഉറപ്പാണ്. കേശുവിന്റെ ഉറപ്പി ലാണ് അവന്റെ കൂടെ വന്നത്. എന്നാൽ ഗോപുവിന്റെ സംസാരം കേശുവിന് തീരെ ഇഷ്ടമായില്ല.

'നിങ്ങൾക്ക് പേടിയാണെങ്കിൽ പോയ്ക്കോളൂ. ഞാനിത് കണ്ടിട്ടേ വരുന്നുള്ളൂ.'

കേശു വേഗം മരത്തിൽ അള്ളിപ്പിടിച്ച കയറാൻ തുടങ്ങി. അതു കണ്ട് ഗോപുവും വിക്രമനും അമ്പരപ്പോടെ നോക്കിനിന്നു. കേശു വിനെ ഒറ്റയ്ക്കാക്കി പോകാൻ അവർക്കു മനസ്സ് വന്നില്ല. അവർ മരത്തിനടിയിൽ നിന്ന് മേല്പോട്ടു നോക്കി. കേശു മരത്തിന് മുക ളിലേക്കു കയറിയതു കണ്ടപ്പോൾ ദേശാടനപ്പക്ഷി പറന്നുപോയി. ചില്ലകളിലൊക്കെ നോക്കിയിട്ടും അതിന്റെ കൂട് കാണാൻ കഴി ഞ്ഞില്ല. കേശുവിന് നിരാശയായി. അവൻ താഴെ തന്റെ സുഹൃ ത്തുക്കളുണ്ടോ എന്നു നോക്കി. അവർ അവിടെത്തന്നെ നില്പ്പു ണ്ട്. എന്തൊരു നാണക്കേടായി. ഇനി തന്നെപ്പറ്റി അവരെന്തു വിചാ രിക്കും. കേശുവിന് വേഗം താഴെ ഇറങ്ങണമെന്നു തോന്നി. അപ്പോ ഴാണ് മരത്തിന്റെ ഒരു പൊത്തിൽനിന്നും ഒരു പാമ്പ് പുറത്തേക്ക് തലയിട്ടത്. അവൻ പേടിച്ചുവിറച്ചുപോയി.

ഇനിയെന്തു ചെയ്യും? അവൻ കരയാൻ തുടങ്ങി.

അവന്റെ കരച്ചിൽ കേട്ട് കൂട്ടുകാർ പേടിച്ചുപോയി. കാര്യമറി ഞ്ഞപ്പോൾ അവർ അന്തംവിട്ടും. അവർ വേഗത്തിൽ വന്ന വഴി തിരിച്ചോടി. പുഴയുടെ തിട്ടയിലിരുന്ന രണ്ടുപേരോട് വിവരം പറ ഞ്ഞു. അവരിൽ ഒരാൾ ഏറ്റുകാരനായിരുന്നു. അയാൾ വലിയ ഒരു

ഏണി സംഘടിപ്പിച്ച് കാട്ടിനകത്തേക്കു പോയി. വിക്രമനും ഗോപുവും മരം കാട്ടിക്കൊടുത്തു. മുളയേണി ചാരിവച്ചശേഷം അയാൾ അവനോട് അതുവഴി ഇറങ്ങിവരാൻ ആവശ്യപ്പെട്ടു. എങ്ങനെയെങ്കിലും രക്ഷപ്പെട്ട കേശു അയാളെ കെട്ടിപ്പിടിച്ച് കരഞ്ഞു.

എന്തിനാ അതിന്റെ മേലെ കേറാൻ പോയേ. ഇനിമേലിൽ ഇങ്ങോട്ടു വരരുത്.' അയാൾ താക്കീതുനൽകി.

ഈ സംഭവം നടന്നതിന്റെ പിറ്റേദിവസമാണ് രാരിച്ചനോട് വിക്രമൻ പറയുന്നത്. കൊയ്തുമെതിച്ച നെല്ല് ഉണക്കുകയാണ് രാരിച്ചൻ. എല്ലാം കേട്ടുകഴിഞ്ഞ് അദ്ദേഹം ഒന്നമർത്തി മൂളി.

'നിങ്ങളെന്തിനാ കാട്ടിലേക്ക് പോയത്. മഴ കഴിഞ്ഞിട്ടേയുള്ളു. എന്തെല്ലാം ജീവികളുണ്ടാവും.' എന്നുപറഞ്ഞ് നെല്ല് ചാക്കിൽ കെട്ടിവയ്ക്കാൻ തുടങ്ങി.

വിക്രമനും ഗോപുവും കേശവും ഭദ്രനും അദ്ദേഹത്തെ സഹായിച്ചു. എല്ലാം കഴിഞ്ഞ് രാരിച്ചൻ അകത്തുനിന്നും ചെറിയൊരു പഴക്കുല പുറത്തു കൊണ്ടുവന്ന് അവരോട് തിന്നാൻ പറഞ്ഞു. അവരത് തിന്നുകൊണ്ടിരിക്കുമ്പോൾ രാരിച്ചൻ പറഞ്ഞു.

'തുറസ്സായ ഒരു സ്ഥലത്ത് ഒരു വലിയ ബോർഡ് വച്ചിട്ടുണ്ടായിരുന്നു. അതിൽ ഒരു തുണി വിരിച്ച് ചിത്രകാരൻ ജോലി ചെയ്തുകൊണ്ടിരുന്നു. നിറയെ വെള്ളമുള്ള ഒരു പാത്രം താഴെ. അതിലെ വെള്ളംകുടിക്കാൻ അകലെനിന്നും പറന്നുവരുന്ന പ്രാവ്. ഇതാണയാൾ വരച്ചുകൊണ്ടിരുന്ന ചിത്രം. ചിത്രം വരച്ചശേഷം അത് ഉണങ്ങാൻ വെച്ച് അയാൾ എങ്ങോട്ടോ പോയി. ദാഹിച്ചുവലയുകയായിരുന്ന ഒരു പ്രാവ് ആ ചിത്രം കണ്ടു. ശരിക്കും അവിടെ പാത്രം നിറയെ വെള്ളമുണ്ടെന്നും മറ്റൊരു പ്രാവ് അതു കുടിക്കാൻ പോവുകയാണെന്നും അതിനു തോന്നി.

മറ്റേ പ്രാവിനേക്കാൾ മുമ്പേ എത്തി തനിക്ക് വെള്ളം കുടിക്കണമെന്ന വാശിയോടെ പ്രാവ് അതിവേഗം പറക്കുകയും ബോർഡിൽ ചെന്നിടിച്ച് വീഴുകയും ചെയ്തു. ചിറകൊടിഞ്ഞ ആ പ്രാവിനെ ഒരു വഴിപോക്കനാണ് കിട്ടിയത്. അയാളതിനെ തൂക്കിയെടുത്തുകൊണ്ടുപോയി തന്റെ ഭാര്യയെ ഏൽപ്പിച്ചു.'

കഥ നിർത്തിയപ്പോൾ രാരിച്ചൻ കുട്ടികളെ നോക്കി. കേശു പഴവും കൈയിൽ പിടിച്ചിരിക്കുകയാണ്. മറ്റുള്ളവർ അവനെ നോക്കി പുഞ്ചിരിച്ചു. അപ്പോൾ രാരിച്ചൻ പറഞ്ഞു.

'വാസ്തവമില്ലാത്ത തോന്നലുകൾക്ക് പിന്നാലെ ഓടുന്നത് അപകടമാണ്.'

തേക്കുമരവും തുമ്പച്ചെടിയും

മനോജ് നാട്ടിൽ അറിയപ്പെടുന്ന കർഷകന്റെ മകനാണ്. അവർക്ക് വയലിലും കരയിലുമായി ധാരാളം കൃഷിയുണ്ട്. നെല്ലും തെങ്ങും കവുങ്ങും വാഴയും മാത്രമല്ല, പലതരം കിഴങ്ങുകളും ഇലക്കൃഷി കളും നടത്താറുണ്ട്. ചന്തയുടെ അടുത്ത് അവർക്ക് ഒരു നെല്ലുകു ത്തുമില്ലും സ്ഥാപിച്ചിട്ടുണ്ട്. നാട്ടിലെ കൃഷിക്കാരെല്ലാം ആ മില്ലി നെയാണ് ആശ്രയിക്കാറ്. എന്തിനധികം ധാരാളം ആദായം തെങ്ങിൽനിന്നും കിട്ടുന്നതു കൊണ്ട് കൊപ്രയാട്ടുന്ന മില്ലും അവ രുടേതായി ഉണ്ടായിരുന്നു.

ഇതെല്ലാംകൊണ്ട് ഒരല്പം അഹന്ത മനോജിനുണ്ടായിരുന്നു. കേശുവിനും ഗോപുവിനും യാതൊരു അഹങ്കാരത്തിനും വകയു ണ്ടായിരുന്നില്ല. സ്കൂളിൽനിന്നും വരുന്ന വഴിക്ക് മനോജിന്റെ കൃഷി യിടങ്ങളിലൂടെയാണവർ നടന്നുവരുന്നത്. നടന്നുകൊണ്ടിരിക്കു മ്പോൾ മനോജ് തന്റെ പാടത്തേക്ക് നോക്കിയിട്ട് പറയും. 'ഈ വയലെല്ലാം എന്റേയാണ്. ദാ ആ വാഴത്തോട്ടവും ഞങ്ങളുടേതാ ണ്. നോക്കൂ...ദൂരെ കാണുന്ന തെങ്ങിൻതോപ്പും ഞങ്ങളുടേത് തന്നെ.'

എന്നും ഇങ്ങനെ പറഞ്ഞുകൊണ്ടിരിക്കുന്നത് മനോജിന്റെ ഒരു സ്വഭാവമാണ്. കൂട്ടുകാരുടെ മുമ്പിൽ ആളാവാനും തന്റെ വലിയ സ്വത്ത് വിവരം പറഞ്ഞ് കേമമാകാനും മറ്റുള്ളവരെ കുറച്ചുകാണി ക്കാനുമുള്ള എല്ലാ അടവും അവൻ കാണിക്കുമായിരുന്നു. അതു കൊണ്ട് കൂട്ടുകാർ ഒന്നും പ്രതികരിക്കാറില്ല. തങ്ങളിലാർക്കും അവന്റത്ര സ്വത്തും പണവും ഇല്ലെന്ന് അവർക്കറിയാമായിരുന്നു.

ഒരുദിവസം രാരിച്ചന്റെ വീട്ടിൽ കുട്ടികളൊക്കെ ഒത്തുകൂടിയ പ്പോൾ സംസാരിച്ചത് മനോജിന്റെ പൊങ്ങച്ചത്തെക്കുറിച്ചും അഹ ങ്കാരത്തെക്കുറിച്ചുമാണ്.

ഓരോരുത്തരും അവരവരുടെ അനുഭവങ്ങൾ പങ്കുവയ്ക്കുന്നത് ശ്രദ്ധിച്ച് കേൾക്കുകയായിരുന്നു രാരിച്ചൻ.

കേശു ചീറിക്കൊണ്ട് പറഞ്ഞു. 'അവന്റെ അച്ഛന്റേതാണ് ഈ ഭൂമിയെല്ലാം എന്നാണവന്റെ വചാരം. പാവങ്ങൾക്ക് ഇവിടെ ജീവിക്കണ്ടേ?'

അവന്റെ ചോദ്യത്തിന് ഗോപുവാണ് മറുപടി പറഞ്ഞത്.

'എപ്പോഴും ഒരേ കാര്യംതന്നെ പറഞ്ഞുകൊണ്ടിരിക്കുന്നത് നമ്മളെല്ലാം ദരിദ്രരാണെന്ന് പറയുന്നതിന് തുല്യമാണ്. അവന്റെ കൂടെ സ്കൂളിൽ പോകുന്നത് ഞങ്ങൾക്കിഷ്ടമല്ല'

അതുകേട്ട രാരിച്ചൻ പറഞ്ഞു.

'നിങ്ങൾക്കറിയാമോ ഒരു മഴക്കാലത്ത് കാട്ടിൽ സംഭവിച്ചത്?'

എല്ലാവരും രാരിച്ചനെ നോക്കി.

അദ്ദേഹം ഒരു കഥ പറയാനുള്ള പുറപ്പാടിലാണ്.

'കാട്ടിൽ നിരവധി വൃക്ഷങ്ങളുണ്ടല്ലോ. അതുപോലെ പുല്ലുകളും കുഞ്ഞുചെടികളും. അവരൊക്കെ അവരുടെ രീതിയിൽ ഈ ഭൂമിയിൽ ജീവിക്കുകയായിരുന്നു.'

'എന്നിട്ട്?' കുട്ടികൾ ആകാംക്ഷാഭരിതരായി.

'അങ്ങനെയിരിക്കുമ്പോഴാണ് മഴക്കാലം വന്നത്. ഒന്നുരണ്ട് ആഴ്ചയോളം മഴയും കാറ്റുമായി പ്രകൃതി തിമർക്കുകയാണ്. ആകാശത്തോളം ഉയരത്തിൽ, കാറ്റിനേയും മഴയേയും വക വയ്ക്കാതെ നിൽക്കുകയാണ് തേക്കുമരം. ആ പ്രദേശത്തെ ഏറ്റവും വലിയ തേക്കുമരമാണത്. അതുകൊണ്ടുതന്നെ കുറച്ചധികം അഹങ്കാരവും അതിനുണ്ടായിരുന്നു. ആ തേക്കുമരത്തിന്റെ കുറച്ചകലെ ഒരു തുമ്പച്ചെടി നിന്നിരുന്നു. മഴയും കാറ്റുമേറ്റ് വിറച്ചൊതുങ്ങി നിൽക്കുകയാണത്.

ഒരുദിവസം യാദൃച്ഛികമായാണ് തേക്കുമരം നിസ്സാരനായ തുമ്പയെ കണ്ടത്. ഇത്രയും ചെറിയ ആ ചെടിയോട് തേക്കുമരത്തിന് സഹതാപമാണ് തോന്നിയത്. അതിന്റെ ജീവിതം എത്ര നിസ്സാരമെന്നായിരുന്നു തേക്കുമരത്തിന്റെ ചിന്ത.

അത് തുമ്പയോട് സംസാരിക്കാൻ തുടങ്ങി.

'ഹേയ് തുമ്പച്ചെടീ..എനിക്ക് നിന്നെക്കാണുമ്പോൾ സഹതാപവും ചിരിയും വരുന്നു. ഈ ലോകത്ത് ഇതുപോലുള്ള നിസ്സഹായന്മാരായ ചെടികളും ഉണ്ട് അല്ലേ. നീയൊക്കെ എന്ത് ലോകസേവനമാണ് ചെയ്യുക. ഒരു വീടിന്റെ ഉത്തരമാകാനോ ഒരു വള്ളത്തിന്റെ അടിസ്ഥാനമാകാനോ ഒരു മാളികയുടെ വാതിലാകാനോ നിന

ക്കാവില്ല. എന്തിനധികം അമ്പലത്തിന്റെ മേൽക്കൂരയെങ്കിലുമാകാനുള്ള സാധ്യതയില്ലാത്ത നിസ്സാരജന്മംതന്നെ നീ.'

തുമ്പച്ചെടി തേക്കുമരത്തിന്റെ പരിഹാസം കേട്ട് വിനയത്തോടെ പറഞ്ഞു.

'ഈ ചെറിയ രൂപവും ആരാലും ശ്രദ്ധിക്കപ്പെടാത്തതും എനിക്ക് ഒരു ബുദ്ധിമുട്ടും ഉണ്ടാക്കുന്നില്ല തേക്കുമരമേ. നിങ്ങളെപ്പോലെ വലിയ കർമ്മങ്ങൾ ചെയ്യാൻ എനിക്കാവില്ല. എങ്കിലും ചെറിയ ഈ ജീവിതംകൊണ്ട് ഞാൻ സംതൃപ്തനാണ്. ഇപ്പോൾ നിങ്ങളൊന്ന് ദൂരേക്ക് നോക്കൂ. അതാ ഒരു മരംവെട്ടുകാരൻ ഇങ്ങോട്ട് വരുന്നത്. മഹാന്മാരെയാണവർക്ക് വേണ്ടത്.'

തേക്കുമരം നോക്കുമ്പോൾ കണ്ടത്, മരവെട്ടുകാർ തന്നെ ലക്ഷ്യം വച്ച് വരുന്നതാണ്. അതാകെ ഭയന്നുവിറച്ചുപോയി.

അത് മരംവെട്ടുകാരനേയും തുമ്പയേയും മാറിമാറി നോക്കി. അതിന് ശരിക്കും സങ്കടം വന്നു.

അതുറക്കെ പ്രാർത്ഥിച്ചുപോയി. 'ദൈവമേ എനിക്കും ഒരു തുമ്പയായി ജനിച്ചാൽ മതിയായിരുന്നു.'

പക്ഷേ മരംവെട്ടുകാരൻ അപ്പോഴേക്കും അടുത്തെത്തിക്കഴിഞ്ഞിരുന്നു.

രാരിച്ചൻ കഥ നിറുത്തി. കുട്ടികൾ പരസ്പരം നോക്കി. രാരിച്ചൻ അവരോട് കഥയ്ക്ക് ഒരു വാൽക്കഷണം കൂടി കൂട്ടിച്ചേർത്തു.

'കുട്ടികളേ ധനം കൂടുന്തോറും മനസ്സമാധാനം നഷ്ടപ്പെടും. ചെറിയ ജീവിതത്തിൽ കിട്ടുന്ന സന്തോഷത്തിന് മൂല്യമേറെയുണ്ട്.'

അത്രയും കേട്ടുകഴിഞ്ഞപ്പോൾ കുട്ടികൾക്ക് സമാധാനം തോന്നി. ഇനി മനോജിന്റെ പൊങ്ങച്ചം കേട്ടാലും ഒരു പ്രശ്നവുമില്ലെന്ന് അവർ ഉറപ്പിച്ചു.

കാക്കയുടെ മയിൽപ്പീലി

ഗ്രാമത്തിൽ ഒരുദിവസം വലിയൊരു പന്തുകളി മത്സരം നടന്നു. കുട്ടികളുടെ മത്സരമായതുകൊണ്ട് ധാരാളം രക്ഷിതാക്കളും കാണാനെത്തിയിരുന്നു. ശക്തമായ ഗ്രൂപ്പായിരുന്നു പങ്കെടുത്തത്. അവസാനമത്സരത്തിൽ ശങ്കരന്റെ ടീമാണ് ജയിച്ചത്. സംഘത്തിന്റെ നേതാവെന്ന നിവയിൽ എല്ലാവരും അവനെ എടുത്തുയർത്തുകയും ജെയ് വിളിക്കുകയും ചെയ്തു. അവന്റെ കൂട്ടത്തിലുള്ളവരും അവനെ അനുമോദിച്ചു. ഏറ്റവുമധികം ഗോളടിച്ചതും ശങ്കരൻതന്നെ. പിറ്റേന്ന് കേശുവിനേയും ഗോപുവിനേയും വിക്രമിനേയും കൈത്തോട്ടിൽ മീൻപിടിച്ചുകൊണ്ടിരിക്കുമ്പോഴാണ് ശങ്കരൻ കണ്ടത്.

'ശങ്കരാ നിന്റെ കളി ഉഷാറായിരിക്കുന്നു കേട്ടോ. നീ നല്ലോണം കളിച്ചു.' കൂട്ടുകാർ പറഞ്ഞു.

എന്നാൽ അവരുടെ അഭിനന്ദനത്തിന് നന്ദി പറയാതെ അവൻ മീൻപിടുത്തം തുടർന്നു. തന്റെ കൂട്ടുകാരേക്കാൾ കേമൻ താനാണെന്ന് ശങ്കരന്റെ ഉള്ളിൽ തോന്നിത്തുടങ്ങിയിരുന്നു. നാട്ടുകാരുടെ മുന്നിൽ താനല്ലേ നല്ല കളിക്കാരനായത്.

'ശരി...ശരി.'

എന്നുമാത്രം പറഞ്ഞ് അവന്റെ കൂട്ടുകാരെ ഒഴിവാക്കി.

സ്കൂളിലെത്തിയപ്പോൾ ഹെഡ്മാസ്റ്ററും അവന് സമ്മാനം നൽകി. എല്ലാവരുടെ മുന്നിലും വലിയ ഗമയിലായി അവന്റെ നടത്തം. അവൻ പഴയ കൂട്ടുകാരെ തീരെ ഒഴിവാക്കി.

ശങ്കരനിപ്പോൾ തങ്ങളുടെ കൂടത്തിൽ കൂടുന്നില്ലെന്നും അവൻ തങ്ങളെ കണ്ടാൽ അവഗണിക്കുകയാണെന്നും വിക്രമനും കൂട്ടുകാരും രാരിച്ചനോട് പറഞ്ഞു.

അതുകേട്ട രാരിച്ചൻ അവരോട് ഇത്രയേ പറഞ്ഞുള്ളൂ, 'മറ്റുള്ളവർ പെരുമാറുന്നതുപോലെ നമ്മളും പെരുമാറിയാൽ പിന്നെ

അവരും നമ്മളും തമ്മിലെന്തു വ്യത്യാസമാണുള്ളത്..അതുകൊണ്ട് ശങ്കരന്റെ സ്വഭാവം മാറുന്നതുവരെ കാത്തിരിക്കണം.'

അങ്ങനെയിരിക്കെ ഒരുദിവസം ശങ്കരൻ ഓടിപ്പിടിച്ച് രാരിച്ചന്റെ അടുത്തെത്തി. അപ്പോൾ അവിടെ വിക്രമനും ഗോപുവും കേശുവും ഉണ്ടായിരുന്നു. കുരുമുളക് മെതിച്ചുകൊണ്ടിരിക്കുന്ന രാരിച്ചന്റെ കൂടെ അവരും സഹായിക്കുകയായിരുന്നു.

'രാരിച്ചാ എന്റമ്മ വയലിന്റെ വരമ്പത്ത് കാൽ വഴുതിവീണു. പാടത്തു കെടന്ന് കരയുകയാണ്. കാൽ ഒടിഞ്ഞൂന്ന് തോന്നുന്നു. ഞാനെന്താ ചെയ്യാ...'

കൂട്ടുകാർ അതു കേൾക്കാത്ത ഭാവത്തിൽ പണി തുടർന്നു.

രാരിച്ചനും മെതിച്ചുകൊണ്ട് പറഞ്ഞു. 'ശങ്കരാ നീയിവിടെ ഇരിക്കൂ. ഞങ്ങളുടെ പണി കഴിഞ്ഞ് സംസാരിക്കാം.'

ശങ്കരൻ ദൂരെ പാടത്തേക്കു നോക്കി വേവലാതിപ്പെട്ടു. അവന് അച്ഛനില്ല. അമ്മ മാത്രമേയുള്ളൂ.

ശങ്കരന്റെ വെപ്രാളം കണ്ട് രാരിച്ചൻ പറഞ്ഞു. 'നീയെന്താ അമ്മയെ വൈദ്യരുടെ അടുത്തേക്ക് കൊണ്ടുപോകാതിരുന്നത്? ചെല്ലൂ... അതാണ് ആദ്യം ചെയ്യേണ്ടത്.'

രാരിച്ചൻ പിന്നെയും പണി തുടർന്നു.

'രാരിച്ചാ എനിക്കൊറ്റയ്ക്ക് അമ്മയെ കൊണ്ടുപോകാനാവില്ല. അതുകൊണ്ടാണ് ഞാനിങ്ങോട്ട് വന്നത്. ഒന്നു സഹായിക്കണേ.'

ശങ്കരൻ ഏങ്ങലടിച്ചു കരഞ്ഞു. അതുകണ്ടപ്പോൾ രാരിച്ചന് പാവം തോന്നി. എന്തായാലും അവനൊരു കുട്ടിയാണ്.

രാരിച്ചൻ എല്ലാവരേയും കൂട്ടി പാടത്തേക്ക് ചെന്നു. അമ്മയെ ഒരു കസേരയിലിരുത്തി വൈദ്യന്റെ അടുത്തെത്തിച്ചു. കാല് പൊട്ടലുള്ളതുകൊണ്ട് വലിയ ഒരു കെട്ടുമുണ്ടായിരുന്നു.

അവരെ വീട്ടിലെത്തിച്ചശേഷം വേണ്ട ശുശ്രൂഷയൊക്കെ ചെയ്ത് മടങ്ങുമ്പോൾ ശങ്കരൻ വിതുമ്പിനിന്നു.

'രാരിച്ചാ ഒരുപാട് നന്ദി.'

രാരിച്ചൻ അവന്റെ തലയിൽ തടവിക്കൊണ്ട് പറഞ്ഞു.

'ഏറ്റവും അടുത്ത ബന്ധുക്കളേയും സുഹൃത്തുക്കളേയും തള്ളിക്കളയരുത്. നീ കുറച്ചുമുമ്പുവരെ മയിൽപ്പീലിക്കാക്കയായിരുന്നു. ഇപ്പോൾ നീയൊരു സാധാരണ കാക്കയായി.'

കുട്ടികൾ അത്ഭുതത്തോടെ രാരിച്ചനെ നോക്കി ചോദിച്ചു.

'മയിൽപ്പീലികാക്കയുടെ കഥ പറയൂ രാരിച്ചാ.'

ഒരിക്കൽ ഒരു കാക്കയ്ക്ക് ഒരു മയിൽപ്പീലി കളഞ്ഞുകിട്ടി. അത്

Smitha

കൊത്തിയെടുത്ത് തന്റെ ചിറകുകൾക്കിടയിൽ വച്ച് തന്റെ ചന്തം നോക്കി രസിച്ചു. എന്നിട്ട് നാലുഭാഗത്തേക്കും നോക്കിക്കൊണ്ട് പറഞ്ഞു. 'കൊള്ളാം എന്നെ കാണാൻ എന്തൊരു ഭംഗിയാണ്.'

മരക്കൊമ്പിലിരിക്കുന്ന മറ്റ് കാക്കകളെ നോക്കി പരിഹസിക്കുകയും ചെയ്തു. തന്റെ കേമത്തരം അവരെല്ലാം കാണട്ടെ എന്നു കരുതി അവിടെ ചുറ്റിത്തിരിഞ്ഞു. താനൊരു മയിലിനെപ്പോലെ സുന്ദരിയാണെന്നായിരുന്നു അതിന്റെ വിചാരം. മറ്റ് കാക്കകളോടൊന്നും മിണ്ടാതെയായി.

ആകാശത്ത് മഴക്കാറ് പരന്നു. അപ്പോൾ ദൂരെ ഒരിടത്ത് മയിലുകൾ കൂട്ടംകൂടി നൃത്തം ചെയ്യുന്നുണ്ടായിരുന്നു. കാക്ക അവരുടെ അടുത്തേക്ക് ചെന്നു. മയിലുകളെ അനുകരിച്ച് കാലുകൾ ചലിപ്പിച്ചുതുടങ്ങി. മയിലുകൾക്ക് അതു കണ്ട് ദേഷ്യം വന്ന് കാക്കയെ അവിടെനിന്നും ഓടിച്ചുവിട്ടു.

കാക്കയ്ക്ക് വിഷമം തോന്നിയെങ്കിലും തന്റെ പഴയ മരക്കൊമ്പിൽ ചെന്ന് മറ്റ് കാക്കകളുമായി സൗഹൃദം തുടങ്ങി.

എന്നാൽ കാക്കകൾ അവനെ പരിഹസിച്ചു.

'നിന്റെ കൂട്ടുകാരായിരുന്ന ഞങ്ങളെ നീ കുറച്ചുമുമ്പു വരെ പരിഹസിക്കുകയും പുച്ഛിക്കുകയും ചെയ്തില്ലേ. ഇനി നീയുമായി ഞങ്ങൾക്ക് ഒരു ബന്ധവുമില്ല.'

അതും പറഞ്ഞ് കൂട്ടുകാരൊക്കെ പറന്നുപോയി. നമ്മുടെ കാക്ക വല്ലാതെ ദുഃഖിച്ചിരിപ്പായി. അപ്പോൾ മരത്തിന്റെ കൊമ്പിൽ എല്ലാം കണ്ടുകൊണ്ടിരുന്ന വയസ്സൻകാക്ക ഇങ്ങനെ പറഞ്ഞു.

'പ്രകൃതി നിനക്ക് എന്തു നൽകിയോ അതിൽ നീ സംതൃപ്തി നേടിയില്ല, അതുകൊണ്ടാണ് മറ്റുള്ളവരിൽനിന്നും നീ അകറ്റപ്പെട്ടത്.'

അതുകേട്ട് കാക്ക സങ്കടംകൊണ്ട് ഉറക്കെ കരഞ്ഞു.

രാരിച്ചൻ കഥ നിർത്തിയതും ശങ്കരൻ ഓടിവന്ന് അദ്ദേഹത്തെ കെട്ടിപ്പിടിച്ചു.

മാനും മിത്രങ്ങളും

ഒരുദിവസം രാരിച്ചൻ ധൃതിയിൽ നാട്ടുവഴിയിലൂടെ നടക്കുകയായിരുന്നു. എതിരെ വന്ന് കേശുവും അദ്ദേഹത്തിന്റെ കൂടെ കൂടി.

'രാരിച്ചനെങ്ങോട്ടാ?'

'ഒരാവശ്യമുണ്ട്.' അത്രയും പറഞ്ഞ് അദ്ദേഹം നടന്നുനീങ്ങി.

കൈയിൽ ഒരു സഞ്ചിയുമുണ്ടായിരുന്നു. ഒരു വലിയ വീടിന്റെ മുറ്റത്തുചെന്ന് നിന്ന് ഉറക്കെ വിളിച്ചു.

'കൃഷ്ണാ...'

അപ്പോൾ അകത്തുനിന്നും നേരിയ ഒരു ശബ്ദം കേട്ടു.

രാരിച്ചൻ അകത്തേക്കു കയറി. കേശുവും അകത്തുകയറി.

അകത്ത് ഒരു കട്ടിലിൽ ഒരു വൃദ്ധനിരിക്കുന്നു. മുറിക്കകത്ത് ഒരല്പം വെളിച്ചക്കുറവുണ്ട്.

'രാരിച്ചാ നീയോ?'

രാരിച്ചൻ കൃഷ്ണന്റെ കൈ പിടിച്ച് എഴുന്നേൽപ്പിച്ച് ഒരു കസേരയിൽ ഇരുത്തി. അയാൾ ഒരു കുഞ്ഞിനെപ്പോലെ ചിരിച്ചുകൊണ്ട് പറഞ്ഞു.

'എല്ലാവരും എന്നെ ഒറ്റയ്ക്കാക്കി പോയി രാരിച്ചാ.'

അയാൾ പുഞ്ചിരിക്കുകയാണെന്നാണ് കേശു വിചാരിച്ചത്. ആ മനുഷ്യൻ രാരിച്ചന്റെ കൈ പിടിച്ച് കരയുകയാണെന്ന് പിന്നീട് അവന് മനസ്സിലായി.

'നീ സ്വത്തൊക്കെ മക്കൾക്ക് ഭാഗിച്ചു കൊടുത്തു അല്ലേ?'

രാരിച്ചന്റെ ചോദ്യംകേട്ട് അദ്ദേഹം നിശ്ശബ്ദനായി.

പിന്നെ പതുക്കെ പറഞ്ഞു. 'മക്കളല്ലേ. അവരൊക്കെ ഓരോ ആവശ്യങ്ങൾ പറഞ്ഞപ്പോൾ ഒക്കെ കൊടുത്തു. അപ്പോഴേക്കും എവിടെയും പോകാൻ പറ്റാതെ ഞാനിങ്ങനെ അന്ധനുമായില്ലേ. ദൈവവിധിയാണ് രാരിച്ചാ.'

രണ്ടുപേരും പറയുന്നതു ശ്രദ്ധിച്ച് കേശു സമീപത്തിരുന്നു. ഈ മനുഷ്യൻ അന്ധനാണെന്ന് അപ്പോഴാണ് കേശുവിന് മനസ്സിലായത്. അവന് വലിയ സങ്കടം തോന്നി.

പാവം വൃദ്ധൻ.

'അപ്പോൾ ഇവിടേക്കാരും തിരിഞ്ഞുനോക്കാറില്ലേ കൃഷ്ണാ.'

കൃഷ്ണൻ പുഞ്ചിരിയോടെ കരഞ്ഞു.

'ഇനിയെന്റെ കൈയിലൊന്നൂല്ലല്ലോ. പിന്നെന്തിന് ഈ കണ്ണുപൊട്ടനെ കാണാൻ വരണം. ഒക്കെയും അവര് കൈവശപ്പെടുത്തീലേ.'

രാരിച്ചൻ അദ്ദേഹത്തിന്റെ പുറം തടവിക്കൊടുത്തു. എന്നിട്ട് ചിന്താമഗ്നനായി കസേരയിലിരുന്നു. പിന്നെ എഴുന്നേറ്റ് കൊണ്ടുവന്ന് ഭക്ഷണം സഞ്ചിയിൽ നിന്നുമെടുത്ത് കൃഷ്ണന് നൽകി. ഭക്ഷണംകഴിച്ച ശേഷം അദ്ദേഹത്തെ കട്ടിലിൽ കിടത്തിയിട്ട് പറഞ്ഞു.

'നാളെ വരാം. കുറച്ച് ജോലിയുണ്ട്.'

കൃഷ്ണൻ കൈകൂപ്പി അനുവാദം തന്നു.

വഴിയിൽ രാരിച്ചൻ നിശ്ശബ്ദനായിരുന്നു.

എങ്കിലും കേശു പതുക്കെ ചോദിച്ചു. 'ആ വലിയ വീട്ടിൽ അദ്ദേഹം ഒറ്റയ്ക്കാണോ?'

'ഉം.' രാരിച്ചൻ കനത്ത ഒരു മൂളൽ.

'മക്കളും കൊച്ചുമക്കളും കൂടി സ്വത്തൊക്കെ തട്ടിയെടുത്ത് അവനെ ഒഴിവാക്കിയതാ. അത് കിട്ടുന്നതുവരെ അവരൊക്കെ വരുമായിരുന്നു.'

കേശുവിന് കാര്യം മനസ്സിലായി. വീട്ടിൽ തിരിച്ചെത്തിയപ്പോൾ വിക്രമനും ഗോപുവും അവിടെയുണ്ടായിരുന്നു.

വരാന്തയിൽ മിണ്ടാതിരിക്കുന്ന രാരിച്ചനെ കണ്ട് അവർ കാര്യമന്വേഷിച്ചു.

കേശുവാണ് കൃഷ്ണന്റെ ദുഃഖകഥ പറഞ്ഞത്. കുറച്ചുകഴിഞ്ഞ് രാരിച്ചൻ പറഞ്ഞു.

'പണ്ട് ഒരു കാട്ടിൽ വേഗതയുള്ള ഒരു മാനുണ്ടായിരുന്നു. വീരനും സുന്ദരനുമായിരുന്നു. അവന്റെ സുന്ദരമായ കൊമ്പുകൾ കണ്ട് പെൺമാനുകൾ ചുറ്റിപ്പറ്റിനിൽക്കും. എന്നാൽ കുറെക്കാലം കഴിഞ്ഞപ്പോൾ അവൻ വയസ്സനായി. കണ്ണിന് കാഴ്ച കുറഞ്ഞു. സാവധാനം വാതം പിടിച്ചു. അവന് നടക്കാൻ കഴിയാതായി. പട്ടിണി കിടന്ന് ചാവാൻ പറ്റില്ലല്ലോ. അവൻ ഇഴഞ്ഞിഴഞ്ഞ് കാടിന്റെ ഒരു വശത്ത് ചെന്നു കിടന്നു. അവിടെ നിറയെ പുല്ലുണ്ടായിരുന്നു. വിശാ

ലമായ പുൽപ്പരപ്പ്. ഇനി യാത്ര ചെയ്യാതെ വയർ നിറക്കാമെന്ന് കരുതി അത് ജീവിച്ചു.'

രാരിച്ചൻ കഥ നിർത്തി നിശ്ശബ്ദനായി.

കുട്ടികൾ അദ്ദേഹത്തെ ഉറ്റുനോക്കി.

'എന്നിട്ട്?' ഗോപു അറിയാതെ ചോദിച്ചുപോയി.

'ആ മാൻ അവശനിലയിലായത് അറിഞ്ഞ് മറ്റുള്ള മൃഗങ്ങൾ അവനെ കാണാനെത്തും. രോഗവിവരം ചോദിച്ച് ആശ്വസിപ്പിക്കും. എന്നിട്ട് തിരിച്ചുപോകുമ്പോൾ ചുറ്റുമുള്ള പുല്ലും തിന്നിട്ടേ പോവുകയുള്ളു. അങ്ങനെ കുറേദിവസങ്ങൾ കഴിഞ്ഞു.

മാനിന്റെ ക്ഷീണം മാറി. നടക്കാൻ കഴിയാത്തതുകൊണ്ട് ചുറ്റുമുള്ള പുല്ല് തിന്ന് ഇവിടെ ജീവിക്കാമെന്ന് അതു കരുതി. അവൻ ചുറ്റുംനോക്കി. കൂട്ടുകാരൊക്കെ കുശലാന്വേഷണം കഴിഞ്ഞ് പോയിക്കഴിഞ്ഞപ്പോൾ പുൽപ്പരപ്പ് തരിശായിരിക്കുന്നു. നടക്കാൻ കഴിയാതിരുന്ന അവന്റെ അരികിലേക്ക് പിന്നീട് ഒരു മൃഗവും വന്നില്ല. അവരുടെ ലക്ഷ്യം പുല്ലായിരുന്നു. ഒടുവിൽ പട്ടിണി കിടന്ന് ആ മാൻ മരിച്ചുപോവുകയും ചെയ്തു.'

കഥ നിർത്തി രാരിച്ചൻ നിശ്ശബ്ദനായി.

കുട്ടികൾക്ക് അന്ധനായ കൃഷ്ണന്റെ ജീവിതം എന്താണെന്ന് മനസ്സിലായി.

അവർ പറഞ്ഞു. 'നമുക്ക് ധനം ഉണ്ടെങ്കിൽ ബന്ധുക്കളും ഉണ്ടാകും അല്ലേ രാരിച്ചാ.'

രാരിച്ചൻ അവരെ നോക്കി തലകുലുക്കി.

കാഴ്ചകൾ

കേശുവിന്റെ ബന്ധുവായ സത്യശീലൻ ഒരുദിവസം രാരിച്ചനെ കാണാനെത്തി. അയാളെ കണ്ടപ്പോൾ രാരിച്ചന് അയാളുമായി ബന്ധപ്പെട്ടുകിടക്കുന്ന ഒരു കേസ് ഓർമ്മവന്നു. വരാന്തയിൽ വന്നിരുന്ന് സത്യശീലനും രാരിച്ചനും സംസാരിച്ചുകൊണ്ടിരുന്നു. ഇടയ്ക്ക് രാരിച്ചൻ ചോദിച്ചു.

സത്യശീലാ...നിങ്ങളുടെ കേസ് എന്തായി?'

അയാൾ ദൂരേയ്ക്ക് നോക്കിയിട്ട് നിശ്ശബ്ദനായി ഇരുന്നു. സത്യശീലൻ ധാരാളം സ്വത്തും പണവുമുള്ള ആളായിരുന്നു. വിവാഹിതനല്ല അദ്ദേഹം. ഇടയ്ക്കിടെ തീർത്ഥാടനത്തിന് പോകുന്ന ശീലമുണ്ടായിരുന്നു അയാൾക്ക്. അങ്ങനെ പോകുമ്പോൾ തന്റെ വീടും പറമ്പും കൃഷിയുമൊക്കെ നോക്കാൻ തന്റെ സുഹൃത്തായ കൃഷ്ണനെയാണ് ഏൽപ്പിക്കാറ്.

ഇപ്പോൾ തീർത്ഥാടനത്തിന് പോയിട്ട് വരാൻ രണ്ടുമൂന്നുവർഷമെടുത്തു. വന്നുകഴിഞ്ഞപ്പോഴാണ് മനസ്സിലായത്, കൃഷ്ണൻ തന്റെ വീട്ടുപറമ്പിലെ വൃക്ഷങ്ങളൊക്കെ മുറിച്ചുവിറ്റിരിക്കുന്നു. കൂടാതെ കൃഷിയിൽനിന്നും കിട്ടിയ ആദായമൊന്നും സത്യശീലന് കൊടുത്തിട്ടുമില്ല. പാരമ്പര്യമായി കിട്ടി. വീട്ടുസാധനങ്ങളും കാണാനില്ല. ആകെ വിഷമിച്ചുപോയ അയാൾ കൃഷ്ണനെ ചോദ്യം ചെയ്തു. ഞാൻ ഒന്നും എടുത്തിട്ടിലെന്നും തനിക്ക വീടും പറമ്പും നോക്കിയതിന് കൂലി കിട്ടിയില്ലെന്നുമാണ് അയാൾ പറഞ്ഞത്.

അവസാനം രണ്ടുപേരും കേസ് കൊടുത്തു. അതുമായി അലഞ്ഞുനടക്കുകയാണ് സത്യശീലൻ.

കഥകളൊക്കെ കേട്ട രാരിച്ചൻ അയാളെയും കൂട്ടി കൃഷ്ണന്റെ വീട്ടിലേക്കു ചെന്നു. കൃഷ്ണൻ അവരെക്കണ്ട് ആകെ പരുങ്ങിനിന്നു. എന്നാലും വന്ന കാര്യം അന്വേഷിക്കാൻ മറന്നില്ല. സത്യശീ

ലന്റെ പരാതി ശരിയാണോ എന്നറിയാൻ വന്നതാണെന്ന് രാരിച്ചൻ പറഞ്ഞിരുന്നു. പരാതി കള്ളമാണെന്ന് കൃഷ്ണൻ രാരിച്ചനോട് പറഞ്ഞു. അതുകേട്ട് സത്യശീലൻ വിഷമിച്ചു. തന്റെ വസ്തുക്കളൊക്കെ കൊള്ളയടിച്ചിട്ട് നുണ പറയുന്ന കൃഷ്ണനെ അയാൾ വെറുപ്പോടെ നോക്കി.

ഏറെ സമയം നിശ്ശബ്ദനായി ഇരുന്നശേഷം രാരിച്ചൻ പറഞ്ഞു.

പണ്ട് ഒരിടത്ത് ഒരു വൃദ്ധയുണ്ടായിരുന്നു. പ്രായാധിക്യം കൊണ്ട് കണ്ണിന്റെ കാഴ്ച നശിച്ച ആ സ്ത്രീ ഒരു വൈദ്യനെ വീട്ടിൽ വിളിച്ചുവരുത്തി. തന്നെ ചികിത്സിച്ച് കാഴ്ച തിരിച്ചുതന്നാൽ നല്ലൊരു പ്രതിഫലം തരാമെന്നും അവർ ഉറപ്പു പറഞ്ഞു. കാഴ്ച കിട്ടിയില്ലെങ്കിൽ ഒന്നും നൽകില്ലെന്നും അവർ പറഞ്ഞിരുന്നു. രണ്ട് സാക്ഷികളെ മുൻനിർത്തി അവർ ഒരു കരാറും ഉണ്ടാക്കി.

ഈ വൈദ്യൻ എന്നും വൃദ്ധയുടെ അടുത്തു ചെല്ലും. പക്ഷേ കാര്യമായ ചികിത്സയൊന്നും കൊടുത്തില്ല. മരുന്നിനു പകരം പച്ചവെള്ളം ഉപയോഗിച്ച് ചികിത്സിച്ചു. കാഴ്ചയില്ലാത്ത വൃദ്ധയുടെ വീട്ടിലുള്ള പല സാധനങ്ങളും വൈദ്യൻ അയാളുടെ വീട്ടിലേക്ക് കൊണ്ടുപോയ ശേഷമാണ് അയാൾ ശരിയായ ചികിത്സ ആരംഭിച്ചത്. അങ്ങനെ ആ വൃദ്ധയ്ക്ക് കാഴ്ച തിരിച്ചുകിട്ടി. പക്ഷേ, വൈദ്യന് കൊടുക്കാമെന്നു പറഞ്ഞ പ്രതിഫലം കൊടുത്തില്ല. അവസാനം വൈദ്യൻ കേസു കൊടുത്തു.

രാരിച്ചൻ പറയുന്ന കഥ കേട്ട് സത്യശീലനും കൃഷ്ണനും ഉത്കണ്ഠയോടെ ശ്രദ്ധിക്കുന്നുണ്ടായിരുന്നു.

ന്യായാധിപൻ വൃദ്ധയോട് പണം കൊടുക്കാത്തതിന്റെ കാരണം ചോദിച്ചു. അപ്പോൾ അവർ പറഞ്ഞത്, 'എന്റെ കാഴ്ച തിരിച്ചുകിട്ടിയാലേ പ്രതിഫലം കൊടുക്കൂ എന്നാണ് കരാറുണ്ടാക്കിയത്. എന്റെ കാഴ്ച പോകുംമുമ്പ് എന്റെ വീട്ടിലുണ്ടായിരുന്ന ഗൃഹോപകരണങ്ങളും പാത്രങ്ങളും ആഭരണങ്ങളുമൊന്നും എനിക്കിപ്പോൾ കാണാൻ കഴിയുന്നില്ല. പിന്നെങ്ങനെ കാഴ്ച തിരിച്ചുകിട്ടിയെന്നു പറയും.'

വൃദ്ധ പറഞ്ഞതിന്റെ പൊരുൾ ന്യായാധിപന് പിടികിട്ടി.

അയാൾ വൃദ്ധയുടെ ധനം മോഷ്ടിച്ചതിന് ശിക്ഷ വിധിക്കുകയും ചെയ്തു.

രാരിച്ചൻ കഥ പറഞ്ഞുനിർത്തിയിട്ട് കൃഷ്ണനെ നോക്കി.

അയാൾ ആകെ വിഷമിച്ച ഭാവത്തോടെ രാരിച്ചനേയും സത്യശീലനെയും മാറിമാറിനോക്കി.

'ക്ഷമിക്കണം രാരിച്ചാ...ജീവിക്കാൻ വേണ്ടി ഓരോന്ന് ചെയ്തു പോയതാണ്.'

അയാൾ വിതുമ്പിക്കൊണ്ട് പറഞ്ഞു.

രാരിച്ചൻ അയാളെ ചേർത്തുപിടിച്ചിട്ട് പറഞ്ഞു.

'കണ്ണിനുമുന്നിലെ കാഴ്ചകളെ അസത്യംകൊണ്ട് എപ്പോഴും മറച്ചുപിടിക്കാൻ കഴിയില്ല.

താൻ എടുത്ത സാധനങ്ങളൊക്കെ തിരിച്ചേൽപ്പിക്കാമെന്ന് കൃഷ്ണൻ സമ്മതിച്ചു.

മറ്റൊരാളാവാൻ ശ്രമിക്കരുത്

ഒരു അവധിദിവസത്തിൽ കുട്ടികളെല്ലാം കുളക്കരയിൽ ഒത്തുകൂടി. പത്തുപേരോളം ഉണ്ടായിരുന്നു. നീന്തൽ മത്സരമായിരുന്നു ആദ്യം തീരുമാനിച്ചത്. എന്നാൽ മാധവൻ എന്ന കുട്ടിയാണ് അതു വേണ്ടെന്നും കുളത്തിൽ മുങ്ങിക്കിടക്കുന്ന കളി മതിയെന്നും തീരുമാനിച്ചത്. എല്ലാവരും ഒന്നിച്ച് മുങ്ങുമ്പോൾ കരയിലിരുന്ന് ഒരാൾ എണ്ണിക്കൊണ്ടിരിക്കുക. ഏറ്റവും ഒടുവിൽ പൊങ്ങുന്നവനായിരിക്കും വിജയി.

വെള്ളംനിറഞ്ഞ കുളത്തിനടുത്തേക്ക് ഒറ്റയ്ക്കൊന്നും പോകല്ലേ എന്ന് ഗോപുവിന്റെ അമ്മയും വിക്രമിന്റെ അമ്മയും താക്കീത് നൽകിയതാണ്. കുളിക്കാൻ പോകുമ്പോൾ ഒത്തൊരുമിച്ചു മാത്രമേ പോകാവൂ എന്ന് രാരിച്ചനും പറയാറുണ്ട്. എന്നാൽ ഒരുപാട് പേരുണ്ടല്ലോ എന്ന ധൈര്യത്തിലാണ് അവർ കുളക്കടവിലെത്തിയത്.

'ആരാണ് കരയിൽ നിൽക്കുക?'

വിക്രമൻ ചോദിച്ചപ്പോൾ കേശു കൈ പൊക്കി.

അവന് ശ്വാസംമുട്ടലിന്റെ അസുഖമുണ്ട്. അതുകൊണ്ട് വെള്ളത്തിൽ മുങ്ങിക്കിടക്കാൻ സാധിക്കില്ല. മറ്റുള്ളവരെല്ലാം തയ്യാറായി. ആദ്യഘട്ട മത്സരത്തിൽ ശങ്കരനാണ് ജയിച്ചത്. എന്നാൽ രണ്ടാം ഘട്ടമാകുമ്പോഴേക്കും വിക്രമൻ ജയിച്ചുകയറി. എല്ലാവർക്കും കളിയിൽ ഹരം കയറി. കേശു ഒന്ന് പറയുമ്പോഴേക്കും താനായിരിക്കും ജയിക്കുക എന്ന ആവേശത്തിൽ ഓരോരുത്തരും മുങ്ങും.

കേശു ഒന്നുമുതൽ എണ്ണിക്കൊണ്ടിരുന്നു. പത്തു കഴിഞ്ഞപ്പോഴേക്കും ഓരോരുത്തരായി പൊങ്ങിവന്നു ചുറ്റും നോക്കി. മുപ്പത് നാല്പത്...അങ്ങനെ ചിലർ പിടിച്ചുനിന്നു. ഇനി ഒരാൾ കൂടിയുണ്ട്. അത് മാധവനായിരുന്നു.. അമ്പത്...അറുപത് എന്നെണ്ണിക്കഴിഞ്ഞിട്ടും അവൻ പൊങ്ങിവന്നില്ല.

ശങ്കരന് അപകടം മണത്തു. അവൻ കേശുവിനോടും മറ്റുള്ളവരോടും അതു പറഞ്ഞു. പെട്ടെന്ന് കേശു ഉറക്കെ വിളിച്ചുകൂവി. കുട്ടികളുടെ നിലവിളി കേട്ട് കുറെ യുവാക്കളും രാരിച്ചനും കുളക്കടവിലേക്ക് ഓടിവന്നു.

വലിയ കുളമാണ്. കേശു വിക്കിവിക്കി കാര്യങ്ങൾ പറയുമ്പോഴേക്കും മൂന്നുനാലുപേർ കുളത്തിലേക്ക് ചാടിക്കഴിഞ്ഞിരുന്നു. ഒരല്പസമയത്തിനകം മാധവിനേയും കൊണ്ട് അവർ പൊങ്ങിവന്നു. അവശനിലയിൽ തളർന്നുകിടക്കുന്ന മാധവനെ കണ്ട് മരിച്ചെന്നായിരുന്നു എല്ലാവരും കരുതിയത്. എന്നാൽ രാരിച്ചനും മറ്റുള്ളവരം ചേർന്ന് അവനുവേണ്ട ശുശ്രൂഷകളൊക്കെ ചെയ്തു കഴിഞ്ഞപ്പോൾ അവൻ പതുക്കെ കണ്ണുതുറന്നു.

കണ്ടുനിന്നവർക്കൊക്കെ ആശ്വാസമായി.

മാധവന്റെ അമ്മ ആർത്തലച്ച് കരയുന്നത് കണ്ടപ്പോൾ രാരിച്ചൻ സമാധാനിപ്പിച്ചു.

'കുട്ടികളല്ലേ...ഒരബദ്ധം പറ്റിയതാ. ബഹളം വച്ച് കുട്ടിയെ പേടിപ്പിക്കാതെ.'

മാധവനേയും കൊണ്ട് അവന്റെ വീട്ടിലേക്ക് പോകുമ്പോൾ രാരിച്ചന്റെ കൂടെ മറ്റു കുട്ടികളുമുണ്ടായിരുന്നു.അവൻ സംസാരിച്ചുതുടങ്ങുന്നതുവരെ അവരവിടെ കുത്തിയിരുന്നു.

'കുട്ടികളേ നിങ്ങളിൽ ഒരാൾ ജയിച്ചപ്പോൾ അയാളെ തോൽപ്പിക്കണമെന്ന് മറ്റുള്ളവർ കരുതി. അങ്ങനെ ഓരോ പ്രാവശ്യവും കളിച്ചു അല്ലേ...ശക്തനാകുന്നവനെ തോൽപ്പിക്കാനാണ് നിങ്ങൾ ശ്രമിച്ചത്. പക്ഷേ വെള്ളത്തിൽ വച്ചുള്ള ഇത്തരം കളികൾ അധികവും അപകടത്തിലാണെത്തുക. പണ്ടൊരു തവള കാളയെ തോൽപ്പിക്കാൻ ശ്രമിച്ചതുപോലെ.'

'ങ്ഹേ...അതേത് കഥ രാരിച്ചാ?'

ഒരിക്കൽ കരയിൽ മേഞ്ഞു കൊണ്ടിരുന്ന കാളയെ നോക്കിക്കൊണ്ടിരുന്ന തവളക്കുഞ്ഞുങ്ങൾ അവരുടെ അമ്മയോട് പറഞ്ഞു.

'നോക്കമ്മേ അതെന്തുമാത്രം വലിയ ജീവിയാണ്.'

അതുകേട്ട അമ്മത്തവള പറഞ്ഞു. 'മക്കളേ അതൊരു കാളയല്ലേ. അത്ര വലുപ്പമൊന്നും പറയാനില്ല. വേണമെങ്കിൽ എനിക്കും അങ്ങനെ വലുതാവാൻ കഴിയും.'

അത്രയും പറഞ്ഞ് അമ്മത്തവള ശക്തിയായി ശ്വാസമെടുത്തു.

'നോക്കൂ...ഞാനിപ്പോൾ കാളയോളം വലുതല്ലേ?'

'അയ്യോ ഇല്ലല്ലോ.'

അമ്മത്തവള ആദ്യത്തേതിനേക്കാൾ വായു ഉള്ളിലേക്കു വലിച്ചെടുത്തശേഷം അവൾ മക്കളോട് ചോദിച്ചു. 'ഇപ്പോൾ ഞാൻ കാളയോളം വലുതായില്ലേ.'

'ഇല്ലമ്മേ... കാളതന്നെയാണ് വലുത്.'

കുട്ടികൾ ഒത്തൊരുമിച്ച് പറഞ്ഞു.

'എന്നാൽ ഒന്നുകൂടി നോക്കിക്കോളൂ. ഇത്തവണ ഞാൻ കാളയേക്കാൾ വലുതാവും.'

തവള മുമ്പത്തേതിനേക്കാൾ വളരെയധികം ശക്തിയായി ശ്വാസമെടുത്തുതുടങ്ങി. ദേഹത്തു ചുളിഞ്ഞുകിടന്ന് തൊലിയെല്ലാം വലിഞ്ഞുമുറുകി. എന്നിട്ടും കുട്ടികൾ പറയുന്നില്ല, അമ്മയാണ് വലുതെന്ന്. തവള വീണ്ടും ശ്വാസമെടുത്തു. അതിന്റെ കണ്ണുകൾ തുറിച്ചുവന്നു. പെട്ടെന്ന് എന്തോ ഒരു ശബ്ദം കേട്ടു. തവള പിടഞ്ഞുവീണു. അത് ഹൃദയംപൊട്ടി മരിച്ചുപോയി.'

രാരിച്ചൻ കഥ പറഞ്ഞുനിർത്തി.

കുട്ടികളെല്ലാം തങ്ങളുടെ അറിവില്ലായ്മയെക്കുറിച്ച് പറഞ്ഞ് രാരിച്ചനോട് മാപ്പുപറഞ്ഞു.

'ഞാനും തവളയെപ്പോലെ ചിന്തിച്ചുപോയി അല്ലേ രാരിച്ചാ. നിങ്ങളെന്നെ രക്ഷിച്ചു.'

അത്രയും പറഞ്ഞ് തേങ്ങിയ മാധവന്റെ നെറുകയിൽ ഉമ്മവച്ചുകൊണ്ട് അവന്റെ അമ്മ പറഞ്ഞു.

'അതേ മോനേ...'

വെയിലും മഴയും

ചന്തയിൽ നല്ല തിരക്കായിരുന്നു. ഗ്രാമത്തിലെ എല്ലാ കൃഷിക്കാരും അവിടെ എത്തിയിട്ടുണ്ട്. അവരവരുടെ വിളകൾ മേന്മയുണ്ടെന്ന് ഉറക്കെ പറഞ്ഞുകൊണ്ടാണ് കച്ചവടം നടക്കുന്നത്.

തെളിഞ്ഞ ആകാശത്തേക്കു നോക്കിയിട്ട് രാരിച്ചൻ പറഞ്ഞു.

'ഇന്ന് നല്ല തെളിഞ്ഞ ആകാശമാണ്. ചന്ത തീരുന്നതുവരെ മഴ പെയ്യില്ല.'

കേശുവും ഗോപുവും വിക്രമനും അതുകേട്ട് ആകാശത്തിലേക്കു നോക്കി. കാർമേഘങ്ങളൊന്നുമില്ലാതെ ആകാശം തെളിഞ്ഞുകിടക്കുകയാണ്.

പലരും വന്നു പച്ചക്കറികളും ധാന്യങ്ങളും കിഴങ്ങുവർഗ്ഗങ്ങളും വാങ്ങിക്കൊണ്ടിരുന്നു. സ്വന്തം ഗ്രാമത്തിൽ ഉൽപ്പാദിപ്പിക്കുന്നതായതുകൊണ്ട് എല്ലാരും സന്തോഷത്തിലാണ് വന്നു പോയിക്കൊണ്ടിരിക്കുന്നത്. ചന്തയിൽ തിരക്ക് വർദ്ധിച്ചപ്പോൾ ചൂടും പൊടിപടലങ്ങളും കൊണ്ട് കുറച്ചു ബുദ്ധിമുട്ടുകൾ ഉണ്ടായി.

'ഹോ ഇത്തിരി മഴ ചാറിയെങ്കിൽ പൊടിയൊക്കെ അടങ്ങിപ്പോകുമായിരുന്നു' എന്ന് കേളപ്പനാചാരി പിറുപിറുക്കുന്നുണ്ടായിരുന്നു. അതുകേട്ട് തൊട്ടടുത്തുള്ള മുരളീധരൻപിള്ള അയാളെ നോക്കി ഉറക്കെ ആക്രോശിച്ചു.

'താനെന്ത് വർത്താനമാണ് പറയുന്നത്. മഴ പെയ്താൽ നമ്മളിവിടെ കൊണ്ടുവന്ന വിഭവങ്ങളൊക്കെ നനഞ്ഞുപോവില്ലേ. ആളുകളെല്ലാം ഒഴിഞ്ഞുപോവില്ലേ. ഇപ്പോൾ നമുക്ക് മഴ വേണ്ടേ വേണ്ട.'

കേളപ്പനാചാരിയും മുരളീധരൻപിള്ളയും പരസ്പരം ഈർഷ്യയോടെ നോക്കി.

കേളപ്പനാചാരി ചോദിച്ചു. 'പ്രകൃതി മഴ തന്നപ്പോഴല്ലേ നിനക്ക് ഈ വിഭവങ്ങളൊക്കെ ഉണ്ടായത്. എന്നിട്ടത് വിറ്റ് പണമുണ്ടാക്കാൻ

നോക്കുമ്പോൾ മഴ വേണ്ടെന്ന്. അവനവന്റെ ഇഷ്ടത്തിനല്ലേ വെയിലും മഴയും വന്നു പോകുന്നത്. പാലം കടന്നാൽ കൂരായണാ എന്നുള്ള സ്വഭാവമാണ് പിള്ളയ്ക്ക്. ചൂട് സഹിക്കാനാകാതിരുന്നപ്പോൾ ഞാനങ്ങനെ മഴയെ ഇഷ്ടപ്പെട്ടുപോയതാ...എന്നാലും മനുഷ്യരിങ്ങനെ സ്വാർത്ഥരാകരുത്.'

അടുത്തടുത്ത് നിന്നാണവർ കച്ചവടം ചെയ്യുന്നത്. അതുകൊണ്ടുതന്നെ അവരവരുടെ വിളകൾ വിറ്റുപോവാൻ മത്സരിക്കുകയാണ്. സ്വന്തം വിളയെ വാനോളം പുകഴ്ത്തുകയും ചെയ്യുന്നുണ്ട്. കച്ചവടത്തോടൊപ്പം പരസ്പരമുള്ള അസൂയയും വെറുപ്പും കൂടി വരികയാണ്. ഒരാൾ മറ്റേയാളിന്റെ വിളവിനെ കുറ്റം പറയുന്നിടത്തേക്ക് കാര്യം വഷളായി.

മുരളീധരൻപിള്ള ഒരവസരത്തിൽ കേളപ്പനാചാരിയെ തല്ലാനും ശ്രമിച്ചു.

രാരിച്ചനും കുട്ടികളും ഇതെല്ലാം നോക്കിക്കൊണ്ട് തൊട്ടപ്പുറത്ത് തന്നെയുണ്ടായിരുന്നു. കച്ചവടക്കാരും സാധനങ്ങൾ വാങ്ങാൻ വന്നവരും ഒക്കെ അവരുടെ കശപിശ കണ്ട് അത്ഭുതത്തോടെ നോക്കുന്നുണ്ട്. ഒരു നിസ്സാരകാര്യം ഇങ്ങനെ വലുതായിക്കൊണ്ടിരിക്കുന്നതിൽ രാരിച്ചനു വിഷമം തോന്നി.

'കേളപ്പനാചാരീ...ഇന്ന് ചന്തദിവസമല്ലേ. നമ്മളിങ്ങനെ തമ്മിൽ കുറ്റപ്പെടുത്താതെ കച്ചവടത്തിൽ ശ്രദ്ധിക്കുന്നതല്ലേ നല്ലത്.'

രാരിച്ചന്റെ സംസാരം കേട്ട് അയാൾ പറഞ്ഞു.

'രാരിച്ചാ...വെറുതെ ഒരഭിപ്രായം പറഞ്ഞതിനാണീ പുകിൽ.'

അതുകേട്ടതും മുരളീധരൻപിള്ള ഒച്ചവച്ചു. എല്ലാവരുടേയും ശ്രദ്ധ ആകർഷിക്കാനായി കൈയും കലാശവും കാട്ടിയാണ് സംസാരം.

'അവനവന്റെ കാര്യം മാത്രേ കേളപ്പനുള്ളു. അതാണെനിക്കു ദേഷ്യം വന്നത്.'

രാരിച്ചൻ ഇടപെട്ടുകൊണ്ട് പറഞ്ഞു. 'ശരി, എനിക്കെല്ലാം മനസ്സിലായി. ഞാനും കേട്ടുകൊണ്ടിരിക്കുകയായിരുന്നല്ലോ. പണ്ടിതുപോലെ ഒരു കഥയുണ്ടായിരുന്നു.'

രാരിച്ചൻ കഥ പറയാനൊരുങ്ങുന്നത് കണ്ട് കുട്ടികൾ അദ്ദേഹത്തിന്റെ അടുത്തേക്ക് നീങ്ങിനിന്നു. കേളപ്പനാചാരിയും മുരളീധരൻപിള്ളയും രാരിച്ചന്റെ മുഖത്തേക്കുതന്നെ നോക്കിയിരിപ്പാണ്.

'ഒരിക്കൽ ഒരച്ഛൻ തന്റെ മക്കളെ കാണാൻ പുറപ്പെട്ടു. ആദ്യമയാൾ മൂത്തമകളുടെ വീട്ടിൽ ചെന്നു. വിശേഷങ്ങളൊക്കെ ചോദിച്ചറിഞ്ഞു. അപ്പോൾ ആ മകൾ ആവേശത്തോടെ പറഞ്ഞു, 'അച്ഛാ,

ഞങ്ങൾക്ക് സുഖംതന്നെയാണ്. എന്റെ ഭർത്താവിന്റെ തോട്ടങ്ങളൊക്കെ നന്നായി നടക്കുന്നുണ്ട്. ഇനി നല്ലൊരു മഴ കിട്ടിയെങ്കിൽ വിളവ് കൂടുകതന്നെ ചെയ്യും. നല്ല കനത്ത മഴ കിട്ടാൻ അച്ഛനും പ്രാർത്ഥിക്കണേ.'

അവളുടെ അഭ്യർത്ഥനകേട്ട അച്ഛൻ അങ്ങനെ ചെയ്യാമെന്നും പറഞ്ഞ് അവിടെനിന്നും ഇറങ്ങി. അയാൾ നേരെ പോയത് ഇളയ മകളുടെ വീട്ടിലേക്കായിരുന്നു. ആ മകൾ അച്ഛനെ കണ്ട് ഏറെ സന്തോഷിച്ചു. അച്ഛന്റെ സുഖവിവരങ്ങളൊക്കെ തിരക്കി. ഭക്ഷണം കഴിഞ്ഞപ്പോൾ അച്ഛനോട് അവൾ പറഞ്ഞു. 'അച്ഛാ ഞങ്ങൾ ഇവിടെ സുഖമായി കഴിഞ്ഞുവരികയാണ്. എന്റെ ഭർത്താവ് നിർമ്മിക്കുന്ന ചട്ടിയും കലവും ഒക്കെ നന്നായി വിറ്റുതീരുന്നുണ്ട്. കാലാവസ്ഥ ഇതുപോലെ തെളിഞ്ഞുനിന്നാലെ നമുക്കിനിയും കച്ചവടം രക്ഷപ്പെടുത്താൻ പറ്റൂ. ചൂളയിൽ കിടന്നു വെന്ത പാത്രങ്ങളൊക്കെ ഉണങ്ങാൻ വെയിൽ നന്നായി കിട്ടണ്ടേ. മഴ പെയ്യാതിരിക്കാൻ അച്ഛനും പ്രാർത്ഥിക്കണേ.'

മകളുടെ ആവശ്യം കേട്ട് വൃദ്ധനായ ആ പിതാവ് അമ്പരന്നുപോയി.

അദ്ദേഹം ദൈവത്തിന് വിളിച്ച് സങ്കടപ്പെട്ടു. 'അല്ലയോ ദൈവമേ, ഞാനാർക്കുവേണ്ടിയാണ് പ്രാർത്ഥിക്കേണ്ടത്. രണ്ടുപേരും എന്റെ മക്കൾതന്നെ. മൂത്തവൾക്ക് മഴ വേണം. ഇളയവൾക്ക് വെയിൽ വേണം. നീയൊരു വഴികാണിക്ക്.'

സ്വന്തം താല്പര്യങ്ങൾക്കാണ് മക്കൾ കൂടുതൽ പ്രാധാന്യം കൊടുക്കുന്നതെന്ന് മനസ്സിലായ വൃദ്ധൻ ഒന്നുംമിണ്ടാതെ അവിടെനിന്നും ഇറങ്ങിനടന്നു.'

രാരിച്ചൻ കഥ പറഞ്ഞുനിർത്തി. എല്ലാവരും നിശ്ശബ്ദരായി കേൾക്കുകയായിരുന്നു. കേളപ്പനാചാരി മുരളീധരൻപിള്ളയെ ചെരിഞ്ഞുനോക്കി. രാരിച്ചൻ പറഞ്ഞത് എത്ര ശരിയെന്ന് അയാൾക്ക് ബോധ്യപ്പെട്ടിരുന്നു.

'കേളപ്പാ നീയങ്ങ് ക്ഷമിച്ചേക്ക്. എന്റെ ദേഷ്യം കുറച്ചധികമായിപ്പോയി.'

മുരളീധരൻപിള്ളയുടെ ക്ഷമാപണം കേട്ട് എല്ലാവരും സമാധാനത്തോടെ ചിരിച്ചു.

പിന്നെ കച്ചവടം തകൃതിയായി നടന്നു.

സൂര്യനും കാറ്റും

ഓണാഘോഷം ഗംഭീരമായി നടത്താൻ രാരിച്ചന്റെ ഗ്രാമവാസികൾ തീരുമാനിച്ചു. എന്തെല്ലാം മത്സരങ്ങളാണ് നടത്തേണ്ടതെന്ന് തീരുമാനിച്ചത് അന്നാട്ടിലെ ചെറുപ്പക്കാരാണ്. അവർക്ക് ഉദയ എന്നു പേരുള്ള ഒരു ക്ലബ്ബ് ഉണ്ട്. ചെസ്സ്, കസേരക്കളി, സുന്ദരിക്ക് പൊട്ടു കുത്തൽ, പന്തുകളി എന്നിവയാണ് സംഘടിപ്പിച്ചത്.

തിരുവോണദിവസം അന്നാട്ടിലെ കുറേപ്പേർ അമ്പലമൈതാനത്ത് ഒത്തുകൂടി. കുട്ടികൾക്കും മുതിർന്നവർക്കും വെവ്വേറെ കളികളുണ്ടായിരുന്നു. കേശുവും ഗോപുവും ശങ്കരനും വിക്രമനും എന്നു വേണ്ട ധാരാളം കുട്ടികൾ കളിക്ക് പേര് നൽകി.

ഒരു ടീം ആകുമ്പോൾ നമ്മൾ ഒന്നിച്ചുനിൽക്കണമെന്ന് കേശു എല്ലാരോടും പറഞ്ഞു. എന്നാൽ കളി തുടങ്ങുമ്പോഴേക്കും വിക്രമൻ മറുപക്ഷത്തേക്ക് മാറി. അതുകണ്ട അവന്റെ കൂട്ടുകാർക്ക് വിഷമം തോന്നി.

കസേരകളി ഗംഭീരമായി നടന്നു. അതിൽ ഒന്നാംസ്ഥാനം വിക്രമനാണ് കിട്ടിയത്. അതോടെ വിക്രമന്റെ ഭാവമെല്ലാം മാറി. ചെസ്സിൽ കേശുവിന്റെ എതിരാളിയായാണ് വിക്രമനിരുന്നത്. കളി ഒന്നാം റൗണ്ടിൽ കേശു മുന്നേറിയെങ്കിലും ഫൈനലിൽ വിക്രമനു തന്നെ ജയിക്കാൻ കഴിഞ്ഞു. ചെസ് ചാമ്പ്യൻ വിക്രമൻ എന്ന് ഏതോ ഒരു ചേട്ടൻ മൈക്കിലൂടെ വിളിച്ചുപറഞ്ഞുകൊണ്ടിരുന്നു. ഒരു ഇടവേള വന്നപ്പോൾ കേശുവും ഗോപുവും വിക്രമന്റെ അടുത്തുചെന്ന് കൈപിടിച്ച് അഭിനന്ദിച്ചു.

'എടാ നന്നായി. നിനക്കു ഭാഗ്യമുണ്ട്.' എന്നു പറഞ്ഞു.

അതുകേട്ട വിക്രമൻ അവരെ നോക്കി ചിരിച്ചെന്നു വരുത്തി. രണ്ട് വിഭാഗത്തിലും ഒന്നാം സ്ഥാനം കിട്ടിയ വിക്രമന് താനൊരു വലിയ കളിക്കാരനാണെന്ന ഭാവമായിരുന്നു.

അവന്റെ പെട്ടെന്നുള്ള ഭാവം കണ്ട ഗോപുവിന് വല്ലാത്ത സങ്കടം തോന്നി.

കേശു അവനെ സമാധാനിപ്പിച്ചുകൊണ്ടു പറഞ്ഞു. 'രണ്ട് മത്സരം വിജയിക്കുമ്പോഴേക്കും അവന് വലിയ അഹങ്കാരമായി. സാരമില്ലെടാ...കഴിഞ്ഞവർഷം നാലെണ്ണത്തിന് ജയിച്ചത് നമ്മളല്ലേ.'

എന്നാൽ ഗോപുവിന് സമാധാനിക്കാൻ കഴിഞ്ഞില്ല. കബഡി മത്സരത്തിന് സർവ്വശക്തിയുമെടുത്ത് അവൻ മത്സരിച്ചു. എതിർടീമിൽ വിക്രമനുണ്ടായിരുന്നു. ഗോപുവിനെ വീഴ്ത്താനുള്ള എല്ലാ തന്ത്രങ്ങളും അവനെടുത്തു. എന്നാൽ ഗോപുവിന്റെ ടീമാണ് വിജയിച്ചത്. പരിപാടി കഴിഞ്ഞ് എല്ലാവരും വീട്ടിലേക്കു പോയി. വിക്രമനും ഗോപുവും തമ്മിൽ വാക്കേറ്റമുണ്ടായി. പരസ്പരം തല്ലു നടക്കുകയും ചെയ്തു. ഗോപു കളിയിൽ കള്ളത്തരം കാണിച്ചതുകൊണ്ടാണ് ജയിച്ചതെന്നു പറഞ്ഞായിരുന്നു കുഴപ്പം തുടങ്ങിയത്.

എന്തായാലും പ്രശ്നം രാരിച്ചന്റെ അടുത്തെത്തി. കാര്യങ്ങൾ മനസ്സിലായപ്പോൾ രാരിച്ചൻ പറഞ്ഞു.

'ഓ...രണ്ടാളും സൂര്യനും കാറ്റുമാകാൻ ശ്രമിച്ചതാണല്ലേ. വളരെ മോശമായിപ്പോയി.'

കേശുവും മറ്റു കുട്ടികളും രാരിച്ചനെ അത്ഭുതത്തോടെ നോക്കി.

'അതെന്തു കഥയാണ് രാരിച്ചാ?'

ഗോപുവും വിക്രമനും കോലായിൽ കഥ കേൾക്കാൻ ഇരിക്കുന്നുണ്ടായിരുന്നു. അവരെ നോക്കിക്കൊണ്ടാണ് രാരിച്ചൻ കഥ പറഞ്ഞുതുടങ്ങിയത്.

'ഇതാ ഇവരുതന്നെയാണിപ്പോൾ സൂര്യനും കാറ്റും. ആർക്കാണ് കൂടുതൽ ബലമെന്ന് പരീക്ഷിച്ച് മല്ലന്മാർ.

സൂര്യനും കാറ്റും നല്ല ചങ്ങാതിമാരായിരുന്നു. പക്ഷേ എന്തോ കാരണത്താൽ അവർ തമ്മിൽ തെറ്റി. ആരാണ് ഏറ്റവും വലിയ ശക്തൻ എന്നായിരുന്നു അവരുടെ തർക്കവിഷം. അവസാനം ഒരു മത്സരം വച്ച് തീർപ്പുണ്ടാക്കുവാൻ അവർ നിശ്ചയിച്ചു.

ഭൂമിയിലൂടെ ഒരാൾ നടന്നുപോകുന്നത് അവർ കണ്ടു. അയാളുടെ കോട്ട് ആരാണ് പെട്ടെന്ന് ഊരിമാറ്റുന്നത് അയാളായിരിക്കും ഏറ്റവും ശക്തൻ എന്നും തീരുമാനിച്ചു.

മത്സരം ആരംഭിച്ചു.

കാറ്റ് അതിശക്തിയായി വീശിയടിച്ചു.

കാറ്റിന്റെ ശക്തി കൂടിയപ്പോൾ യാത്രക്കാരൻ കോട്ട് ശക്തിയായി പിടിച്ചു. കാറ്റ് പിന്നെയും ശക്തി കൂട്ടിയപ്പോൾ അയാൾ കോട്ട്

പിന്നെയും ബലമായി പിടിച്ചു. യാത്രക്കാരന് കഴിയാത്തത്രയും ശക്തമായി കാറ്റുവീശിയപ്പോൾ അയാൾ വിറച്ചുകൊണ്ട് രണ്ടുകയ്യ് കൊണ്ടും കോട്ട് മുറുകെപ്പിടിച്ച് ഒരിടത്ത് കൂനിക്കൂടിയിരുന്നു.

കാറ്റ് തോറ്റു പിന്മാറി.

അപ്പോൾ സൂര്യൻ പുഞ്ചിരിച്ചു. ഇളംവെയിൽ ചുറ്റും പരത്തി. മേഘങ്ങൾ ചൂടിൽ അലിഞ്ഞില്ലാതായി. തണുപ്പ് മാറി. യാത്രക്കാരന് സന്തോഷമായി. അയാൾ എഴുന്നേറ്റ് കോട്ടിൽ നിന്നും കൈവിട്ട് നടന്നുനീങ്ങി. അപ്പോൾ സൂര്യൻ കൂടുതൽ ചിരിക്കാൻ തുടങ്ങി. സൂര്യന്റെ രശ്മികൾക്ക് ചൂടും കൂടിത്തുടങ്ങി. നല്ല ചൂടായപ്പോൾ യാത്രക്കാരന് ക്ഷീണംതോന്നി. അയാൾ വിയർത്തു. അയാൾ ഒരിടത്തിരുന്ന് കോട്ട് ഊരിയെടുത്തു. തണലിലിരുന്ന് അയാൾ വിശ്രമിച്ചപ്പോൾ സൂര്യൻ കാറ്റിനെ നോക്കി.

അതോടെ തർക്കം തീർന്നു.

സൂര്യൻതന്നെ ശക്തൻ.

കാറ്റിന് പറ്റിയ അബദ്ധമെന്തായിരുന്നു...പേടിപ്പിച്ച് ലക്ഷ്യംനേടാൻ ശ്രമിച്ചു. ബലപ്രയോഗം എല്ലായിപ്പോഴും വിജയിക്കണമെന്നില്ല. അതുകൊണ്ടല്ലേ യാത്രക്കാരൻ കൂടുതൽ ബലത്താൽ കോട്ട് പിടിച്ചുവച്ചത്. എന്നാൽ സൂര്യൻ ആദ്യം സന്തോഷമുണ്ടാക്കി. പിന്നെ പതുക്കെപ്പതുക്കെ തന്റെ ലക്ഷ്യംനേടി.'

രാരിച്ചൻ കഥ നിറുത്തി. കുട്ടികൾ ഗോപുവിനെയും വിക്രമനേയും നോക്കി. രണ്ടാളും തല കുനിച്ചിരിക്കുകയാണ്. രാരിച്ചൻ അവരുടെ അടുത്തേക്ക് ചെന്ന് രണ്ടുപേരുടെയും പുറം തടവിക്കൊടുത്തു. അപ്പോൾ അവർ സ്നേഹത്തോടെ രാരിച്ചനെ കെട്ടിപ്പിടിച്ചു.

തൈരും തവളയും

രാരിച്ചന്റെ കൂടെ കൃഷിപ്പണിക്ക് സഹായിക്കാൻ കുട്ടികൾക്ക് ഒരുപാടിഷ്ടമാണ്. ഒരിക്കൽ കൊയ്ത്തുകാരുടെ സമരം നടന്നപ്പോൾ രാരിച്ചന്റെ കൂടെ കൊയ്ത്തിനിറങ്ങിയവരാണ്. അതുകൊണ്ടുതന്നെ അദ്ദേഹത്തിന്റെ വീട്ടുപറമ്പിലെ കൃഷിക്ക് തടമൊരുക്കുമ്പോഴും വളമിടുമ്പോഴും നനയ്ക്കുമ്പോഴും അവരും കൂടെ സഹായിക്കും. കൃഷികളിൽ വല്ല പുഴുവോ കീടമോ കണ്ടാൽ ഉടൻ ഓടിച്ചെന്ന് രാരിച്ചനെ അറിയിക്കും. പിന്നെ ജൈവ കീടനാശിനി തളിച്ച് അവയെ നശിപ്പിച്ചാലേ സമാധാനമുള്ളൂ.

കുട്ടികളുടെ ഉത്സാഹം കണ്ട രാരിച്ചന് ഒരുപായം തോന്നി. സ്വന്തമായി കൃഷി ചെയ്യാനുള്ള ഇവരുടെ കഴിവിനെ ഒന്നു പരീക്ഷിക്കണമെന്ന്. അതിനായി തന്റെ രണ്ടു കണ്ടങ്ങളിൽ വേനൽക്കാല പച്ചക്കറിക്കുള്ള നിലമൊരുക്കി.

'കുട്ടികളേ...നിങ്ങൾക്ക് കൃഷിയോടുള്ള താല്പര്യം കണ്ട് എനിക്കു സന്തോഷം തോന്നുന്നു. ഇനി സ്വന്തമായി കൃഷി ചെയ്യാൻ നിങ്ങൾ തയ്യാറാണല്ലോ. എന്റെ രണ്ടു കണ്ടം ഞാനൊരുക്കിവച്ചിട്ടുണ്ട്. ഞാൻ എല്ലാ ഘട്ടത്തിലും നിങ്ങളെ സഹായിക്കും. എത്ര പേർ തയ്യാറാണ്.?'

രാരിച്ചന്റെ ചോദ്യംകേട്ട് കുട്ടികൾ അമ്പരന്നുപോയി. പറ്റില്ല എന്നു പറഞ്ഞാൽ നാണക്കേടാണെന്ന് അവർക്കറിയാം. ഓരോരുത്തരും ഞാനാണ് കേമൻ എന്ന് ചിന്തിക്കുന്നവരായതുകൊണ്ട് മറ്റുള്ളവരെ അതറിയിക്കണമെന്ന വാശിയും ഉള്ളിലുണ്ടായിരുന്നു. അതുകൊണ്ടവർ തയ്യാറാണെന്ന് സമ്മതിച്ചു.

രണ്ട് കണ്ടങ്ങൾ നാലുപേർക്കായി വേലി കെട്ടി തിരിച്ചു. അതിനടുത്തുതന്നെ വെള്ളം കോരാനുള്ള കുളവും കുത്തി. വിത്തും വളവും രാരിച്ചന്റെ വകയാണ്. അധ്വാനംമാത്രം കുട്ടികളുടേത്. കുട്ടി

കളിൽ കേശുവും ഗോപുവും മാധവനും ശങ്കരനുമാണ് കൃഷി ചെയ്യാനിറങ്ങിയ ധീരന്മാർ. നിലമൊരുക്കാൻ രാരിച്ചൻ ഇത്തിരി സഹായിച്ചിട്ടുണ്ട്. ചീര, വെണ്ട, വഴുതിന, പടവലം, കയ്പ്പ തുടങ്ങിയവയായിരുന്നു പ്രധാനമായും കൃഷിയിറക്കിയത്. എല്ലാദിവസവും രാവിലേയും വൈകുന്നേരവും കുട്ടികൾ വെള്ളം നനച്ചു. സ്കൂളിൽനിന്നും വന്നാലുടനെ സ്വന്തം കൃഷിയിടത്തിലേക്ക് ഓടും. രാരിച്ചൻ അവിടെയുണ്ടാകും. വിത്തുമുളപൊട്ടി ചെടിയായി വളർന്നു പന്തലിച്ചു.

രാരിച്ചന്റെ നിർദ്ദേശത്തിൽ വള്ളിച്ചെടികൾക്ക് പന്തലിട്ടു.

കഠിനമായി അധ്വാനിക്കേണ്ടി വരുന്നതുകൊണ്ട് കുറച്ചുദിവസം കൊണ്ടുതന്നെ മാധവന് മടി തുടങ്ങി. അവന്റെ കൃഷി പതുക്കെ മുരടിക്കാൻ തുടങ്ങി. വെള്ളംകോരി തന്റെ നടുവൊടിഞ്ഞുവെന്ന് പറഞ്ഞ് ഗോപുവും വയലിലേക്ക് വരാതായി. ആ കൃഷിയിടം രാരിച്ചന് ഏറ്റെടുക്കേണ്ടിവന്നു. എന്നാൽ ശങ്കരനും കേശുവും നന്നായി അധ്വാനിച്ചു. അവരുടെ വെണ്ടയും കയ്പ്പയും പൂത്തുതുടങ്ങി. ഉപേക്ഷിച്ചുപോയവരുടെ കൃഷി നന്നാക്കാൻ രാരിച്ചനും പാടുപെട്ടു. അതു കണ്ടപ്പോൾ കേശുവിനും ശങ്കരനും വിഷമംതോന്നി. ഉണക്കം തുടങ്ങിയ പച്ചക്കറികളെ ജീവിപ്പിക്കാൻ പരിശ്രമിക്കുകയാണ് രാരിച്ചൻ.

'രാരിച്ചാ ഞങ്ങള് സഹായിക്കണോ?'

അതുകേട്ട് പുഞ്ചിരിച്ച അദ്ദേഹം പറഞ്ഞു.

'വേണ്ട കുട്ടികളേ...നിങ്ങൾ നന്നായി അധ്വാനിക്കുന്നുണ്ട്. എന്തെങ്കിലും സഹായം വേണമെങ്കിൽ എന്നോട് ചോദിക്കണം.'

കേശുവിന്റെയും ശങ്കരന്റെയും കൃഷിയിൽ നുറുമേനി വിളവുണ്ടായി. എന്നാൽ രാരിച്ചന്റെ പച്ചക്കറി ഒന്നു മെച്ചപ്പെട്ടു വരുന്നേയുള്ളൂ. അതുകണ്ട് സങ്കടപ്പെട്ട കുട്ടികളോട് രാരിച്ചൻ പറഞ്ഞു.

'കുട്ടികളേ തൈരിൽ വീണ തവളകളാണ് നമ്മൾ. നിങ്ങൾ രണ്ടുപേരും രക്ഷപ്പെട്ടു. ഞാനിപ്പോഴും രക്ഷപ്പെടാനായി നീന്തുന്നു.'

'അങ്ങനെയൊരു കഥയുണ്ടോ രാരിച്ചാ. എങ്കിലതൊന്നു കേൾക്കട്ടെ.'

രാരിച്ചൻ കഥ പറഞ്ഞുതുടങ്ങി.

'ഒരു വീട്ടമ്മ കാച്ചിയ പാലിൽ ഉറയൊഴിച്ച് പാത്രം അടച്ചുവെക്കാതെ പോയി കിടന്നുറങ്ങി. ആ സമയത്താണ് ആ വഴി വന്ന രണ്ടുതവളകൾ ചാടിച്ചാടി ആ പാത്രത്തിൽ വീണുപോയത്. അപകടം മനസ്സിലായ തവളകൾ ആ പാലിൽ നീന്തിനീന്തി തളർന്നു.

Smitha

'ഇങ്ങനെ നീന്തിയിട്ട് ഒരു കാര്യവുമില്ലെന്ന് തോന്നുന്നു. ഇതിൽ തന്നെയാണ് നമ്മുടെ മരണമെന്ന് ഉറപ്പായി.' എന്ന് ചെറിയ തവള പറഞ്ഞു.

സങ്കടംകൊണ്ട് അതിന് വയ്യാതായിരിക്കുന്നു.

'അനിയാ...അങ്ങനെ പറയല്ലേ. നമ്മൾ നന്നായി ആലോചിക്കണം. അതുപോലെ പ്രവർത്തിക്കുകയും വേണം. അതിനുശേഷം മരണമായാലും ജീവിതമായാലും നമുക്ക് സ്വീകരിക്കാം.'

മൂത്ത തവളയുടെ വാക്കുകൾ കേട്ട് പുച്ഛമാണ് അനിയൻതവളയ്ക്ക് തോന്നിയത്.

'ഓ തത്വം പ്രസംഗിക്കേണ്ട സമയമല്ലിത്. ഇതാർക്കാണ് കേൾക്കേണ്ടത്.'

അനിയൻതവളയുടെ പരിഹാസം മനസ്സിലാക്കിയ മൂത്ത തവള ആലോചിച്ചശേഷം പറഞ്ഞു.

'അനിയാ..എന്റെ പുറത്തുകയറി പാത്രത്തിന് വെളിയിൽ ചാടാമോ എന്നു നോക്കൂ.'

അനിയൻതവളക്ക് ഉത്കണ്ഠയായി.

തന്നോട് രക്ഷപ്പെടാൻ പറഞ്ഞിട്ട് ചേട്ടൻ എന്തുചെയ്യും?

അവന് ഒരെത്തുംപിടിയും കിട്ടിയില്ല.

'സാരമില്ലെടാ...നമ്മൾ രണ്ടാളും മരിക്കുന്നതിലും നല്ലത് ഒരാളെങ്കിലും രക്ഷപ്പെടുന്നതല്ലേ. നീയെന്റെ പുറത്തു കയറിക്കോ.'

മനസ്സില്ലാമനസ്സോടെ അവൻ ചേട്ടന്റെ പുറത്തു കയറി പാത്രത്തിനു വെളിയിൽ ചാടി രക്ഷപ്പെട്ടു. പാത്രത്തിനകത്തെ ചേട്ടൻതവള പിന്നെയും പിന്നെയും നീന്തിക്കൊണ്ടിരുന്നു. കൈകാലുകൾ കുഴയുമ്പോൾ അല്പസമയം നിർത്തും. വീണ്ടും നീന്തിക്കൊണ്ടിരിക്കും. ഉറ തൈരിലൂടെയുള്ള തവളയുടെ നീന്തൽ ഒരു കടക്കോലിന്റെ പ്രയോജനമാണ് ഉണ്ടാക്കിയത്. അങ്ങനെ അതിൽ വെണ്ണ ഉരുണ്ടുകൂടി. അതു വലിയ ഉരുളയായി തൈരിൽ ഉയർന്നു വന്നു. അതുകണ്ടപ്പോൾ ചേട്ടൻതവളയ്ക്ക് വലിയ സന്തോഷമായി. അത് വെണ്ണപ്പുറത്തു കയറി പാത്രത്തിന് വെളിയിൽ ചാടി രക്ഷപ്പെട്ടു.

രാരിച്ചൻ കഥ നിർത്തി കുട്ടികളെ നോക്കി.

പിന്നെ പതുക്കെ പറഞ്ഞു.

'ഞാനാണിപ്പോൾ തൈരിൽ വീണ ചേട്ടൻതവള. ഞാനും രക്ഷപ്പെടും.'

രാരിച്ചൻ ചിരിച്ചപ്പോൾ കുട്ടികളും ഉറക്കെ ചിരിച്ചുപോയി.

പ്രതിജ്ഞ എന്നാണ് പേര്

രാരിച്ചന്റെ ഗ്രാമത്തിലാണ് രാഘവനും കുമാരനും താമസിക്കുന്നത്. രണ്ടുപേരും നല്ല അയൽക്കാരുമാണ്. ഇതേ വരെ യാതൊരു കുഴപ്പങ്ങളും അവർ തമ്മിൽ ഉണ്ടായിട്ടില്ല. കുമാരന് കുറെ കന്നുകാലികളും കോഴികളും ഉണ്ടായിരുന്നു. ധാരാളം വയലുകളും കൃഷികളുമുള്ള ആളായിരുന്നു രാഘവൻ. കുമാരന്റെ രണ്ടുപെൺമക്കളേയും വിവാഹം കഴിച്ച് അയച്ചത് കുറെ ദൂരെയുള്ള സ്ഥലത്തേക്കായിരുന്നു. ഒന്നുരണ്ടുദിവസം യാത്ര ചെയ്തുവേണം അവിടെയെത്താൻ. രണ്ടുമക്കളിൽ ഒരാളുടെ ഭർത്താവ് മരിച്ച വാർത്തയറിഞ്ഞ കുമാരൻ ദുഃഖിതനായി. ഉടനെ അങ്ങോട്ടേക്ക് പോകാനൊരുങ്ങി. പക്ഷേ വീട്ടിലുള്ള നാലഞ്ച് പശുക്കളേയും കോഴികളേയും എന്തുചെയ്യുമെന്നറിയാതെ കുമാരൻ വിഷമിച്ചു. താൻ മടങ്ങിവരുന്നതുവരെ അവറ്റകളെ നോക്കാൻ രാഘവനെ ഏൽപ്പിച്ചു. തങ്ങൾ തമ്മിലുള്ള സൗഹൃദത്തിന്റെ പേരിൽ അക്കാര്യം രാഘവൻ ഏറ്റെടുക്കുകയും ചെയ്തു.

വേഗം തിരിച്ചെത്താമെന്നു പറഞ്ഞാണ് കുമാരനും ഭാര്യയും മകളുടെ നാട്ടിലേക്കു പോയത്. എന്നാൽ അവിടെയെത്തിയപ്പോൾ മകളേയും നന്നേ ചെറിയ കുട്ടികളേയും അവിടെ ഒറ്റയ്ക്ക് നിർത്തിയിട്ട് തിരിച്ചുവരാൻ കുമാരന് സാധിച്ചില്ല. തന്റെ പശുക്കളേയും കോഴികളേയും രാഘവൻ നോക്കുന്നുണ്ടല്ലോ എന്ന ആശ്വാസത്തിൽ അയാൾ തന്റെ മകളോടൊപ്പം താമസിച്ചു. മാസങ്ങൾ കഴിഞ്ഞു. മകൾക്ക് ജീവിക്കാനുള്ള ഒരു തൊഴിൽ ലഭിക്കുന്നതുവരെ കുമാരൻ അവരോടൊപ്പം കഴിഞ്ഞു.

അതേസമയം കുമാരന്റെ കന്നുകാലികളെ നോക്കാൻ ആദ്യമൊക്കെ രാഘവന് താല്പര്യമുണ്ടായെങ്കിലും പിന്നീട് അതൊക്കെ ഇല്ലാതായി. അയാൾക്ക് അതൊരു ബാധ്യതയായി തീർന്നു. കാലി

ത്തീറ്റയും വൈക്കോലും വാങ്ങി അയാൾക്ക് കുറെ കടങ്ങളുണ്ടായി. കോഴികളെ അയാൾ ഓരോന്നായി കറി വച്ചുകൂട്ടി. അയാൾക്കും മക്കൾക്കും അക്കാര്യത്തിൽ സന്തോഷമുണ്ടായിരുന്നു. കന്നുകാലികളെ നോക്കാൻ അയാൾക്കോ കുടുംബത്തിനോ യാതൊരു താല്പര്യവും തോന്നിയില്ല. അതുകൊണ്ട് ഓരോന്നിനെയും അയാൾ വലിയ ലാഭത്തിന് വിറ്റുകളഞ്ഞു. ആ പണം കൊണ്ട് വീട് മോടിപിടിപ്പിക്കുകയും നല്ല രീതിയിൽ കൃഷിയിറക്കുകയും ചെയ്തു.

കുറേ മാസങ്ങൾ പിന്നേയും കഴിഞ്ഞപ്പോഴാണ് കുമാരനും ഭാര്യയും തിരിച്ചുവന്നത്. തന്റെ തൊഴുത്തിലെ പശുവിനേയും കൂട്ടിലെ കോഴികളെ കാണാതേയും അയാൾ പരിഭ്രമിച്ചു. അയാൾ രാഘവന്റെ വീട്ടിലേക്ക് ഓടിച്ചെന്നു.

'കോഴികളെയൊക്കെ ഓരോ സമയത്തായി കുറുക്കനും നായയും പിടിച്ചു ചിലതിന് രോഗം വന്നിട്ടും ചത്തു കുമാരാ.'

കുമാരൻ വിശ്വസിക്കാനാവാതെ ചോദിച്ചു. 'അപ്പോൾ പശുക്കളോ?'

രാഘവൻ അതിനുള്ള ഉത്തരവും തയ്യാറാക്കി വച്ചിട്ടുണ്ടായിരുന്നു. 'എനിക്ക് പണിക്കുപോകണ്ടേ. നിന്റെ തൊഴുത്തിലെ പശുവിനെ മാത്രം നോക്കിയാൽ മതിയോ. ആരെങ്കിലും അഴിച്ചുകൊണ്ട് പോയിക്കാണണം. അല്ലാതെവിടെ പോകാനാ?'

കുമാരനു ഭാര്യയും കരഞ്ഞുപോയി. ഇനിയെങ്ങനെ ജീവിക്കാനാണ്. മക്കളെപോലെ വളർത്തിയ കന്നുകാലികളല്ലേ. രാഘവൻ നുണ പറയുകയാണെന്ന് കുമാരനു ബോധ്യമായി. അയാൾ ഗ്രാമമുഖ്യന്റെ അടുത്ത് പരാതിയുമായെത്തി. കുമാരൻ അങ്ങനെ ഒന്നിനേയും തന്നെ ഏൽപ്പിച്ചില്ലെന്നാണ് രാഘവൻ ഗ്രാമമുഖ്യനോട് പറഞ്ഞത്. ഗ്രാമമുഖ്യൻ സാക്ഷി പറയാനായി രാരിച്ചനെ വിളിപ്പിച്ചു. രണ്ടുപേരെയും നന്നായി അറിയുന്ന വ്യക്തിയാണ് രാരിച്ചൻ.

'എന്താ രാരിച്ചാ...ഇവർ പറയുന്നതിൽ എന്തെങ്കിലും അർത്ഥമുണ്ടോ?' എന്ന ഗ്രാമമുഖ്യന്റെ ചോദ്യത്തിന് ഒരു കഥയാണ് രാരിച്ചൻ പറഞ്ഞുതുടങ്ങിയത്.

'പരിണിതി എന്ന ഒരു ഗ്രാമത്തിൽ രണ്ട് അയൽക്കാരുണ്ടായിരുന്നു. രണ്ടുപേരും നല്ല സുഹൃത്തുക്കളായിരുന്നു. അതിലൊരാൾക്ക് തീർത്ഥാടനത്തിന് പോകണമെന്ന് വലിയൊരാഗ്രഹം തോന്നി. കൈയിലുണ്ടായിരുന്ന സമ്പാദ്യമെല്ലാം അയാൾ സുഹൃത്തായ അയൽക്കാരനെ ഏൽപ്പിച്ചിട്ട് പറഞ്ഞു.

'ഞാൻ തിരിച്ചുവരുന്നതുവരെ നീയിതുസൂക്ഷിക്കണം.'

സുഹൃത്ത് സന്തോഷത്തോടെ സമ്മതിച്ചു.

കുറെക്കാലം കഴിഞ്ഞിട്ടും അയാൾ തിരിച്ചുവരാത്തതു കണ്ട പ്പോൾ അയൽക്കാരൻ വിചാരിച്ചു, അയാളെ യാത്രയ്ക്കിടയിൽ വല്ല കാട്ടുമൃഗങ്ങളും ഭക്ഷണമാക്കിയിട്ടുണ്ടാകും. പിന്നേയും കുറെ മാസം കാത്തിരുന്നിട്ടും കാണാതിരുന്നപ്പോൾ അയാൾ സുഹൃത്ത് ഏല്പിച്ച പണത്തിൽനിന്നും കുറേശ്ശെ എടുത്ത് സുഖമായി ജീവി ക്കാൻ തുടങ്ങി.

പെട്ടെന്ന് ഒരുദിവസം തീർത്ഥാടനം കഴിഞ്ഞ് സുഹൃത്ത് തിരി ച്ചെത്തി. അയാൾ അയൽക്കാരനോട് താൻ സൂക്ഷിക്കാൻ ഏല്പ്പിച്ച പണക്കിഴി ആവശ്യപ്പെട്ടു.

'പണമോ? ഏതു പണം? ആരേല്പിച്ചു?'

അയൽക്കാരൻ ഒന്നുമറിയാത്ത ഭാവത്തിൽ ഒഴിഞ്ഞുമാറി.

'എന്ത്? എന്റെ സമ്പാദ്യമത്രയും താങ്കളെ ഏല്പിച്ചിട്ടാണല്ലോ ഞാൻ പോയത്.'

അയാൾക്ക് സങ്കടം വന്നു.

അയാൾ അയൽക്കാരനോട് ചോദിച്ചു. 'നിങ്ങൾ ക്ഷേത്രനട യിൽ വന്ന് പ്രതിജ്ഞചെയ്യൂ. താങ്കൾ പണം സൂക്ഷിക്കാൻ വാങ്ങി യിട്ടില്ലെന്ന്.'

അയൽക്കാരൻ ഒന്നു പരുങ്ങിയെങ്കിലും ഉടൻ പറഞ്ഞു.

'അതിനെന്താ ഞാൻ വരാം. രണ്ടുദിവസം കഴിയട്ടെ.'

അങ്ങനെ ഉറപ്പുപറഞ്ഞ അയൽക്കാരൻ തന്റെ കയ്യിലുണ്ടായി രുന്ന സുഹൃത്തിന്റെ പണമെല്ലാം എടുത്ത് നാടുവിടാൻ തീരുമാ നിച്ചു. അയാൾ നഗരാതിർത്തിയിലെത്തിയപ്പോൾ ഒരു വൃദ്ധനെ കണ്ടു പരിചയപ്പെട്ടു. അയാളും താൻ പോകാൻ ഉദ്ദേശിച്ച നാട്ടി ലേക്കാണെന്ന് മനസ്സിലായപ്പോൾ അയൽക്കാരൻ ചോദിച്ചു.

'എന്താണ് താങ്കളുടെ പേര്?'

'പ്രതിജ്ഞ എന്നാണ് പേര്. വഞ്ചനകാണിക്കുന്നവരേയും വാക്കു പാലിക്കാത്തവരേയും ശിക്ഷിക്കാൻ നഗരത്തിലേക്ക് പോവുക യാണ് ഞാൻ.'

'ഇങ്ങോട്ട് എപ്പോഴാണ് തിരിച്ചുവരിക?'

'ഇനി കുറെ വർഷം കഴിഞ്ഞിട്ടേ വരുള്ളൂ.'

അതുകേട്ട് ഉള്ളിൽ സന്തോഷിച്ച അയൽക്കാരൻ പെട്ടെന്ന് പറ ഞ്ഞു. 'അയ്യോ എന്റെ വീടുപൂട്ടിയിട്ടില്ലെന്ന് ഇപ്പോഴാ ഓർത്തത്. ഞാൻ വീട്ടിലേക്കു തിരിച്ചുപോവുകയാണ്. നിങ്ങൾ യാത്ര തുടർന്നോളൂ.'

അയൽക്കാരൻ വീട്ടിൽ തിരിച്ചെത്തിയിട്ട് അയൽക്കാരനോട് പറഞ്ഞു. 'നമുക്ക് ക്ഷേത്രത്തിൽ ചെന്ന് സത്യം ചെയ്യാം. വരൂ.'

രണ്ടുപേരും ക്ഷേത്രത്തിലെത്തി. ധാരാളം ആളുകളും അവിടെ എത്തിയിരുന്നു.

അയൽക്കാരൻ ക്ഷേത്രനടയിൽവച്ച് ഇങ്ങനെ പറഞ്ഞു.

'ഈ നിൽക്കുന്ന മനുഷ്യൻ പണക്കിഴിയോ മറ്റോ വിലപ്പെട്ട എന്തെങ്കിലുമോ എന്നെ ഏൽപ്പിച്ചിട്ടില്ലെന്ന് ഞാൻ ഈ ക്ഷേത്രനടയിൽവച്ച് സത്യം ചെയ്യുന്നു.'

'നുണ പറയന്നു.' പിറകിൽനിന്നും കേട്ട ശബ്ദത്തിലേക്ക് എല്ലാവരും തിരിഞ്ഞുനോക്കി. അയൽക്കാരൻ അമ്പരന്നുപോയി. ഇന്നലെ നഗരാതിർത്തിയിൽ വച്ചുകണ്ട മനുഷ്യൻ.

'നിങ്ങൾ കുറേ വർഷങ്ങൾ കഴിഞ്ഞേ മടങ്ങുകയുള്ളു എന്ന് പറഞ്ഞിട്ട്...'

അയാൾ ഗൗരവത്തോടെ പറയാൻ തുടങ്ങി. 'ഇവിടെ ചിലർ മനഃപൂർവ്വം കള്ളം പറയാനും വഞ്ചിക്കാനും തുടങ്ങുമ്പോൾ അവരെ ശിക്ഷിക്കാനായി എനിക്കു തിരിച്ചുവരേണ്ടിവന്നു.'

എന്നിട്ടയാൾ വഞ്ചന കാണിച്ച അയൽക്കാരനെ കൈകാലുകൾ ബന്ധിച്ച് പുഴയിലെറിയാൻ കല്പിച്ചു.'

കഥ പറഞ്ഞുനിർത്തിയശേഷം രാരിച്ചൻ പതുക്കെ മാറിനിന്നു.

ഗ്രാമമുഖ്യന് കാര്യം മനസ്സിലായി.

അയാൾ കൂടിയിരിക്കുന്നവരോടായി പറഞ്ഞു.

'വിശ്വാസ വഞ്ചന കാട്ടിയ ഇയാളുടെ സ്വത്തുക്കൾ മുഴുവനും കണ്ടുകെട്ടാനും ഇയാളെ പത്തുവർഷത്തേക്ക് ഇന്നാട്ടിൽനിന്നും നാടുകടത്താനും തീരുമാനിച്ചിരിക്കുന്നു.'

അതുകേട്ട് കൂടിയിരുന്നവരൊക്കെ ശരിയായ വിധിന്യായമാണെന്ന് തലകുലുക്കി സമ്മതിച്ചു.

നന്മ കാണുവാനുള്ള കണ്ണ് വേണം

രാരിച്ചൻ ഒരു പശുവിനെ വാങ്ങിയതറിഞ്ഞ് കുട്ടികളൊക്കെ അതിനെ കാണാനെത്തി. രാരിച്ചൻ ഇതുവരെ ഒരു സൂചനപോലും തന്നില്ലല്ലോ എന്നവർ അത്ഭുതപ്പെട്ടു. അതിനെ തെങ്ങിൽ കെട്ടി യിട്ടിരിക്കുകയാണ്.

'ഹായ്...കാണാനെന്തൊരു ചേലാണ്.'

'എനിക്കതിന്റെ നെറ്റിയിലെ വെള്ളപ്പൊട്ടാണിഷ്ടപ്പെട്ടത്.'

'രാരിച്ചാ ഇതിനെത്ര വയസ്സായിക്കാണും?'

കുട്ടികൾ ഇങ്ങനെ ചോദ്യങ്ങളുമായി രാരിച്ചന്റെ ചുറ്റും നടന്നു. ചിലർ പുല്ലു ചെത്തി പശുവിനെ തീറ്റിക്കാൻ തുടങ്ങി.

രാരിച്ചൻ പുള്ളിപ്പൈയ്ക്ക് ഒരു ആല നിർമ്മിക്കുന്ന തിരക്കിലാണ്. തന്നാലാവുന്നതുപോലെ പണിയെടുക്കുകയാണ്. കുട്ടികൾ മരവും ഓലയും അടുത്തേക്ക് കൊണ്ടുനൽകി. അപ്പോഴാണ് ഗ്രാമത്തിലെ പരദൂഷണക്കാരൻ കുഞ്ഞാപ്പു അതുവഴി വന്നത്. അവനെ കണ്ടെങ്കിലും കാണാത്ത ഭാവത്തിൽ രാരിച്ചൻ പണിതുടർന്നുകൊണ്ടിരുന്നു. എന്നാൽ കുഞ്ഞാപ്പു രാരിച്ചന്റെ വീട്ടിലേക്ക് കയറിവന്നു. കുട്ടികളും രാരിച്ചനും ചേർന്ന് തകൃതിയായി ജോലി ചെയ്യുന്നതു കണ്ട് അയാൾ അമ്പരന്നു. പശുവിന്റെ അടുത്തേക്ക് ചെന്ന് ആകമാനം നോക്കി.

'അല്ലാ രാരിച്ചാ പയ്യിനെ വാങ്ങിയോ? ലേശം വളർച്ചക്കുറവുള്ള ഇനമെന്നാണ് തോന്നുന്നത്. ഇടതുകാലിന് ലേശം ശേഷിക്കുറവുണ്ടല്ലോ രാരിച്ചാ. ശരിക്കും നോക്കിയിട്ടല്ലേ വാങ്ങിയത്. കണ്ണിന്റെ കാഴ്ചയൊക്കെ നോക്കിയിട്ടേ പശൂനെ വാങ്ങാവൂ. പണ്ട് ഞാൻ പൈക്കച്ചോടം നടത്തിയതുകൊണ്ട് പറയാ. ഒന്നും വിചാരിക്കല്ലേ.'

അതിനുള്ള ഉത്തരം പറയാൻ രാരിച്ചന് താല്പര്യമില്ലെന്ന് അദ്ദേഹത്തിന്റെ നിശ്ശബ്ദത കണ്ട് കുട്ടികൾക്ക് മനസ്സിലായി. പശുവി

നെക്കുറിച്ചുള്ള തന്റെ വിലയിരുത്തലിന് ഉത്തരം കിട്ടാതായപ്പോൾ കുഞ്ഞാപ്പു ആലയുടെ സമീപത്തേക്കു ചെന്നു. പണികളെല്ലാം നോക്കിക്കണ്ട ശേഷം പറഞ്ഞു.

'ദിശ നോക്കണം രാരിച്ചാ. അല്ലെങ്കിൽ കന്നുകാലികൾക്ക് ജീവ നാശം പറ്റിപ്പോകുമെന്നാണ് ശാസ്ത്രം. മാത്രമല്ല, ഉയരം ഇത്തിരി കുറവല്ലേന്ന് എനിക്കൊരു തോന്നൽ.'

അയാളുടെ ശല്യം സഹിക്കാതായപ്പോൾ രാരിച്ചൻ പണി നിർത്തി. എന്നിട്ട് അടുത്തേക്ക് ചെന്ന് തീ പാറുന്ന കണ്ണുകളോടെ അയാളെ നോക്കി.

'കുഞ്ഞാപ്പൂ ഇവിടുന്ന് പോകുന്നതാണ് നല്ലത്. അല്ലെങ്കിൽ എന്റെ നില തെറ്റിപ്പോകും. ഒരു കന്നുകാലിയെ വാങ്ങിക്കൊണ്ടു വന്നിട്ടേയുള്ളൂ. അതിന്റെ നാശത്തെക്കുറിച്ച് പറയുന്ന നിന്നെ അടി ച്ചോടിക്കുകയാണ് വേണ്ടത്.'

രാരിച്ചന്റെ ദേഷ്യം കണ്ട് പകച്ചുപോയ കുഞ്ഞാപ്പു പിന്നീ ടൊന്നും മിണ്ടാതെ ഇറങ്ങിപ്പോയി. കുട്ടികൾ അന്തംവിട്ട് രാരി ച്ചനെ നോക്കി.

രാരിച്ചൻ ഒരു മരച്ചുവട്ടിൽ ഇരുന്ന് തന്റെ ദേഷ്യത്തെ ശാന്തമാ ക്കിക്കൊണ്ടിരുന്നു.

കുട്ടികളുടെ മുഖം കണ്ടപ്പോൾ അദ്ദേഹം പുഞ്ചിരിയോടെ പറ ഞ്ഞു. 'ഇതുപോലുള്ള മനുഷ്യർ പലനാട്ടിലുമുണ്ടാകും. ആരെന്തു ചെയ്താലും കുറ്റം പറയാൻ വരുന്നവർ. ദേവന്മാരിൽ പോലുമുണ്ട് അസൂയക്കാരും പരദൂഷണക്കാരും. പിന്നെയാണോ മനുഷ്യന്റെ കാര്യം.'

"ദേവന്മാർ അസൂയക്കാരാണോ?"

കേശുവിന്റെ ചോദ്യം കേട്ട് ശാന്തമായി രാരിച്ചൻ കഥ പറയാൻ തുടങ്ങി.

ദേവലോകത്തുവച്ച് നടന്ന കഥയാണ് കേട്ടോ. ഒരു പോരാ യ്മയും ഇല്ലാത്ത പൂർണ്ണതയുള്ള സൃഷ്ടി ആർക്ക് നടത്താനാകും എന്ന ഒരു മത്സരം അവിടെ നടന്നു. ഏറ്റവും മനോഹരവും ലക്ഷ ണമൊത്തതുമായിരിക്കണം. നെപ്ട്യൂൺ ദേവൻ ഒരു കാളയെ സൃഷ്ടിച്ചു. ജൂപ്പിറ്റർ ദേവൻ ഒരു സുന്ദരനായ മനുഷ്യരൂപവും മിനർവാ ദേവി ഒരു വീടും നിർമ്മിച്ചു. മൂന്ന് നിർമ്മിതിയും ഒന്നി നൊന്ന് മെച്ചമായിരുന്നു. ഏതാണ് ഏറ്റവും നല്ലത് എന്നറിയാൻ വിഷമമായി. അപ്പോഴാണ് ദേവന്മാർ മൊമെസ് ദേവനെ വിളിച്ചു കൊണ്ടുവന്നത്. ഏറ്റവും നല്ല സൃഷ്ടി തെരഞ്ഞെടുക്കാൻ അദ്ദേ

Smitha

ഹത്തോട് അപേക്ഷിച്ചു. മൊമെസ് ദേവൻ ആദ്യം നോക്കിയത് കാളയെയാണ്. കാളയുടെ കണ്ണുകൾ കൊമ്പുകൾക്ക് മുകളിലാണ് വേണ്ടതെന്നും കൊമ്പുകൊണ്ട് കുത്തുമ്പോൾ കണ്ണുകൾക്ക് ഒന്നും കാണാൻ പറ്റില്ല. വൃത്തിയില്ലാത്ത സൃഷ്ടി എന്നു പറഞ്ഞ് അതിനെ ഒഴിവാക്കി. പിന്നെ നോക്കിയത് മനുഷ്യനെയാണ്. മനുഷ്യരൂപം കണ്ടപ്പോൾത്തന്നെ പരിഹസിച്ചു ചിരിച്ചു. ഇതിന്റെ നെഞ്ചിലൊരു ജനാല വച്ചിരുന്നാൽ മാത്രമേ ഉള്ളിലെ വികാരവിചാരങ്ങൾ കാണുവാൻ കഴിയൂ എന്നും ഇതൊന്നും പൂർണ്ണസൃഷ്ടിയേയല്ല എന്നു പറഞ്ഞ് തള്ളിക്കളഞ്ഞു. അവസാനമാണ് വീട് പരിശോധിക്കുന്നത്. മനോഹരമാണെങ്കിലും ഇതിന് ചക്രങ്ങളില്ലാത്തതുകൊണ്ട് നിലത്ത് ഉറച്ചുപോയിരിക്കുന്നു. ഇതിലെ താമസക്കാർക്ക് വൃത്തികെട്ട അയൽക്കാരുണ്ടെങ്കിൽ മറ്റൊരിടത്തേക്ക് ഉരുട്ടിക്കൊണ്ടുപോകാനാവില്ല. അതിനാൽ ഇത് പൂർണ്ണതയുള്ള സൃഷ്ടിയല്ല.

ഇത്രയും മൊമെസ് ദേവൻ പറയുന്നത് കേട്ടപ്പോൾ ജൂപ്പിറ്റർ ദേവന് സഹിക്കാനായില്ല. ഇതെന്തൊരു ദേവനാണ്. കുറ്റം മാത്രമേ കാണുന്നുള്ളൂ. നന്മയൊന്നും കാണാൻ കഴിയാത്തവർ...സ്വന്തമായി എന്തെങ്കിലും സൃഷ്ടിച്ച് കഴിവ് തെളിയിക്കാനും ദേവന് സാധിക്കില്ല. ശരിക്കും ക്ഷുദ്രനിരൂപകനാണ് ദേവൻ. ഈ ദേവലോകത്തിനുതന്നെ അപമാനമാണ് ഈ ദേവൻ. ദേവന്മാർ ഒത്തൊരുമിക്കുകയും മൊമെസ്ദേവനെ ദേവലോകത്തുനിന്നും ആട്ടിയോടിക്കുകയും ചെയ്തു.

കഥനിർത്തിയശേഷം രാരിച്ചൻ കുട്ടികളോട് പറഞ്ഞു.

'നല്ലതുകാണാൻ കാണാനും അംഗീകരിക്കാനും മടിയുള്ളവനെ നമ്മളൊരിക്കലും അടുപ്പിക്കരുത്. അവര് നമ്മുടെ ചെറിയ സന്തോഷങ്ങളെപ്പോലും ഇല്ലാതാക്കും.'

കുട്ടികൾക്ക് അതു ശരിയാണെന്ന് തോന്നി.

കുഞ്ഞാപ്പു ഇവിടെ വന്ന് സംസാരിച്ചപ്പോൾ രാരിച്ചൻ അയാളെ ഓടിച്ചത് നന്നായെന്ന് അവർ രാരിച്ചനോട് പറഞ്ഞു.

രാരിച്ചൻ പുഞ്ചിരിയോടെ എണീറ്റ് വീണ്ടും പണി തുടങ്ങി.

●